பேரீச்சை

பேரீச்சை

அனோஜன் பாலகிருஷ்ணன் (பி. 1992)

இலங்கை யாழ்ப்பாணம் அரியாலையில் பிறந்தவர். உள்நாட்டு யுத்தம் முடிவடைந்த பின்னரான காலப்பகுதியில் எழுதவந்த தலைமுறையைச் சேர்ந்தவர். 'சதைகள்', 'பச்சை நரம்பு' என்ற இரண்டு சிறுகதைத் தொகுப்புகள் இதுவரை வெளியாகியுள்ளன. *அகழ்* இணைய இதழின் ஆசிரியர்களில் ஒருவர்.

மின்னஞ்சல்: *annogen03@gmail.com*
வலைதளம் : *www.annogenonline.com*

அனோஜன் பாலகிருஷ்ணன்

பேரீச்சை

காலச்சுவடு பதிப்பகம்

● **அன்பார்ந்த வாசகருக்கு,**

வணக்கம்.

காலச்சுவடு நூலை வாங்கியமைக்கு நன்றி.

நூலின் உள்ளடக்கம், உருவாக்கம், அட்டைப்படம் இன்ன பிற அம்சங்கள் பற்றிய உங்கள் கருத்துகளையும் ஆலோசனைகளையும் காலச்சுவடு வரவேற்கிறது. தகவல், எழுத்து, வாக்கியப் பிழைகள் தென்பட்டால் கட்டாயம் தெரிவித்து உதவுங்கள். நூல் தயாரிப்பில் கடும் குறைபாடு இருப்பின் மாற்றுப் பிரதி உங்களுக்குக் கிடைக்கக் காலச்சுவடு ஏற்பாடு செய்யும்.

மின்னஞ்சல்: **publisher@kalachuvadu.com**

காலச்சுவடு நாகர்கோவில் தலைமையகத்துக்கும் கடிதம் அனுப்பலாம்.

தங்கள்
எஸ்.ஆர். சுந்தரம் (கண்ணன்)
பதிப்பாளர் – நிர்வாக இயக்குநர்

பேரீச்சை ◆ சிறுகதைகள் ◆ ஆசிரியர்: அனோஜன் பாலகிருஷ்ணன் ◆

© அனோஜன் பாலகிருஷ்ணன்

 ◆ முதல் பதிப்பு: செப்டம்பர் 2021, இரண்டாம் (குறும்) பதிப்பு: ஏப்ரல் 2022 ◆ வெளியீடு: காலச்சுவடு பப்ளிகேஷன்ஸ் (பி) லிட்., 669, கே.பி. சாலை, நாகர்கோவில் 629001

peeriiccai ◆ Short Stories ◆ Author: Annogen Balakrishnan ◆

© Anojan Balakrishnan

 ◆ Language: Tamil ◆ First Edition: September 2021, Second (Short) Edition: April 2022 ◆ Size: Demy 1 x 8 ◆ Paper: 18.6 kg maplitho ◆ Pages: 136

Published by Kalachuvadu Publications Pvt. Ltd., 669 K.P. Road, Nagercoil 629001, India ◆ Phone: 91-4652-278525 ◆ e-mail: publications@kalachuvadu.com ◆ Printed at Clicto Print, Jaleel Towers, 42 KB Dasan Road, Teynampet Chennai 600018

ISBN: 978-93-91093-35-8

04/2022/S.No. 999, kcp 3565, 18.6 (2) uss

க. கலாமோகனுக்கு

நன்றி

அம்ருதா
தமிழினி
தடம்
காலச்சுவடு
கல்குதிரை
வல்லினம்
யாவரும்.காம்

நட்பாஸ்
ச. துரை
கு.அ. தமிழ்மொழி

பொருளடக்கம்

சாய்வு	11
போர்வை	26
யானை	38
பேரீச்சை	57
கதிர்ச்சிதைவு	75
ஆடையுற்ற நிர்வாணம்	96
கர்ப்பப்பை	109
உதிரம்	124

சாய்வு

நான் உனைச் சந்தித்தது ஒரு குளிர்காலப் பொழுதில். மரங்கள் இலைகளை உதிர்த்து அலுமினியக் கம்பிகள்போல் விறைப்பாக சலனம் அற்று நின்றிருந்தன. என் அறை ஜன்னலுக்கால் எட்டிப்பார்க்க துமிக்கும் பனித்துளிகள் பருத்திப் பஞ்சுபோல் வீழ்ந்துகொண்டிருந்தன. சோர்வுடன் தலையை போர்வைக்குள் உள்ளீர்த்து அமிழ்ந்தேன். அப்போதுதான் உன் வருகையின் சத்தம் கேட்டது. பீடித்திருந்த தூக்கம் கலைந்துகொண்டிருந்த பொழுது அது. சோம்பலோடு கைகளை உதறி ஜன்னலுக்கால் வெளியே பார்த்தேன். வெண்ணொளி என் கண்களை கூசச் செய்தது. தடுமாறி எழுந்து கதவை இழுத்துத் திறந்தேன். காலுக்குள் நேற்று இரவு அருந்திய ஹனிக்கேன் பியர் டின்கள் இடறின. என் முன்னே நீ பெரிய சூக்கேசோடு நின்றிருந்தாய். நீரில் அலையும் தாமரை இலையின் சலனம் போல் உன் உதடு புன்னகையால் அசைந்தது. ஒரு கணம் திகைத்து பின் சுதாகரித்து யார் நீ என்பது போல் விழியசைத்து உன்னைப் பார்த்தேன்.

நான் தங்கியிருக்கும் வீட்டில் நீயும் தங்க வந்திருந்தாய் பக்கத்து அறையில். இங்கிலாந்துக்கு வந்தபோது உள்ளத்தில் குதூகலம் ஓய்ந்து ஒரு சோர்வு என்னையறியாமல் பீடித்திருந்தது. தனிமை அல்ல, வெறுமை. இசையாலும் மதுவாலும் என்னை நிரப்பிக்கொண்டிருந்தேன். பல்கலைக்கழகம்

மூன்று நாட்கள் மட்டும்தான். மிகுதி நேரங்களை நூலகத்திலும், வளாகம் அருகேயிருக்கும் வாவியில் நீச்சல் அடிக்கும் நாரை களைப் பார்த்துக் கொண்டும் பொழுதுகளைச் செலவளித்தேன். உண்மையைச் சொல்லப்போனால் எனக்கு நண்பர்கள் குறைவு என்பதைவிட நண்பர்களைப் பிடித்துக்கொள்வது சவாலாக இருந்தது. நெருங்கிப்பழகுவதில் தயக்கமே கொழுந்துவிட்டு எரிந்தது. மீண்டும் யோசித்துப்பார்க்க தாழ்வு மனப்பான்மை என்று தோன்றினாலும் அதை புரிந்துகொள்வதில் கடினமே இருந்தது.

பாம்பின் வழுவழுப்பான தோல் போன்ற கருப்பு நீள்சட்டையும், அதே நிறத்தில் முழுநீள மேல்சட்டையும் மணிக்கட்டுவரை அன்று அணிந்திருந்தாய். ஒற்றைப் பின்னல் முதுகுவரை செந்நிறத்தில் அசைந்தது. சீனப் பெண்ணொருவரை ஒற்றைப் பின்னலுடன் கண்டது இதுவே முதல்முறை. எங்கள் ஊரில் பெரும்பாலான பெண்கள் ஒற்றைப் பின்னலோடு திரிவார்கள்.

நீ உன்னை "கிஜூகி மின்" என்று அறிமுகப்படுத்திவிட்டு இங்கு தங்கவந்திருப்பதாகச் சொன்னாய். பக்கத்து அறையில் ஒருவர் தங்கவருவதாக முன்னமே உரிமையாளர் சொல்லி யிருந்தார். அதுவொரு பெண்ணாக அதுவும் சீனப்பெண்ணாக இருக்கும் என்று கொஞ்சமும் எதிர்பார்க்கவில்லை. உன்னுடைய பொருட்கள் வாசலில் இருந்தன. உன் அறையில் எடுத்து வைப்பதற்கு உதவி செய்தேன். நீ எளிதில் தீராத புன்னகையைச் சுடராக ஏந்திக்கொண்டு என் முன்னம் நின்றாய். என்னைப்பற்றி நான் சொல்லாதபோதும் ஒவ்வொரு பொருட்களாக தூக்கித் தூக்கி உன் அறையில் அடுக்க நீ என்னிடம் என்னைப்பற்றி வினவிக்கொண்டிருந்தாய். என்னைப்பற்றிச் சொல்ல அதிகம் ஒன்றுமில்லை. ஸ்ரீலங்காவிலிருந்து வந்திருக்கிறேன் என்றபோது, நீ புருவங்களை நெளித்து வளைத்து அது எங்கே இருக்கிறது என்று தெரியாமல் விழித்தாய். இந்தியாவிற்குக் கீழே இந்து சமுத்திரத்தில் சிறிய தீவாக மாம்பழ வடிவில் இருக்கும் என்று சொன்னபோது, உன் தயக்கங்களைக் கலைந்து தெரியும் தெரியும் என்று சொன்னாய். நான் பொறியியல் துறையில் முதுகலைப் பட்டப்படிப்பு படிக்கிறேன் என்றபோது நீ கட்டடக்கலை என்றாய். அவ்வாறுதான் நம் முதல் சந்திப்பு நிகழ்ந்தது.

இருவருக்கும் ஒரே பொதுக் குளியலறை. அதைப்பற்றி உனக்கு எந்தவிதக் கவலையும் இல்லை. குறைந்த விலையில் வாடகைவீடு கிடைத்ததில் மகிழ்ச்சி என்றுதான் சொல்லியிருந்தாய்.

புத்தகங்கள் எதையாவது படிக்கும்போது மட்டும் கண்ணாடி அணிவாய். அகண்ட நீள்சதுரக் கண்ணாடி. உன் முகத்துக்கு மிக எடுப்பாகவே இருந்தது. எப்போதும் புத்தகம் கையுமாகவே இருப்பாய். நான் வீட்டில் பார்க்கும்போது இறுக்கமான காற்சட்டை அணிந்து உன் தொடைகளும் கால்களும் வெளியே தெரியும் வண்ணம் மிகச்சுதந்திரமாக இருப்பாய். முதலில் நான் சங்கடப்பட்டாலும், வெகுவிரைவில் அது சகஜமாகியது. பொது வரவேற்பறையில் நீ சகஜமாகக் காலைத்தூக்கிப் போட்டுவிட்டு காதில் நீலநிற இயர்போனை மாட்டிக்கொண்டு புத்தகம் வாசித்துக்கொண்டிருப்பாய்.

ஒருமுறை என் அறையில் புகையிலையை எடுத்து அதற்குரிய மெல்லிய வெள்ளைப் பேப்பரில் பில்டரை வைத்து சுருட்டிக்கொண்டிருந்தபோது, அறைக்கதவைத் தட்டினாய். என்னவென்று கதவைத் திறந்து கேட்டபோது அறையினுள்ளே எட்டிப்பார்த்து “உள்ளே வரலாமா?” என்று கேட்டுக்கொண்டே என் பதிலை எதிர்பார்க்காமல் உள்ளே வந்தாய். படுக்கையில் என் உடைகள் குதம்பலாகக் கலைந்திருந்தன. குடித்து முடித்த தேநீர்க் கோப்பைகள் கழுவாமல் இருந்தன. நீ அவற்றைப் பொருட்படுத்தாமல் மேசையில் சுருட்டிய சிகரட்டை எடுத்துப் பார்த்தாய்.

“இதை எப்படிச் செய்வது” என்று கேட்டுக்கொண்டே என் படுக்கையில் அமர்ந்தாய். உன் கேசங்கள் உயிருள்ள குட்டிப்பாம்புகளாக நெற்றியில் புரண்டன. நான் புன்னகைத்து விட்டு என் மேசையின் முன்னிருந்த நாட்காலியில் அமர்ந்து புகையிலையைப் பேப்பரில் வைத்து ஒரு சிகரெட்டைச் சுருட்டிக்காட்டினேன். நீயும் ஒன்றைச் சுருட்ட முயன்று தோற்றாய். மறுபடி மறுபடி சொல்லித்தந்தேன். இறுதியில் ஒன்றை சீராகச் சுருட்டி முடித்தாய்.

நான் ஜன்னலைத் திறந்துவிட்டு வெளியே புகை போகும்வண்ணம் புகைக்க ஆரம்பித்தேன். நீ வேடிக்கை பார்த்துக்கொண்டிருந்தாய். நான் உன்னிடம் திரும்பி “இங்கே வீட்டில் புகைக்க அனுமதியில்லை தெரியுமா?” என்றேன்.

நீ தெரியும் என்றும் இதை வீட்டு உரிமையாளரிடம் சொல்லமாட்டேன் என்றும் சொல்லிச் சிரித்தாய். உன் கண்கள் மிகச்சிறியன. ஈசல்களின் இறக்கைகள் போன்று சிறிய அரைவட்டமானவை. சிரிக்கும்போது இன்னும் உன் கண்கள் சுருங்கும். முழுச்சந்திரனை விழுங்கிய பூமியின் நிழல்போல் உன் நெற்றியை விழுங்கும் உன் முன் கேசம் துள்ளித்துள்ளி அடங்கும்.

“நீ ஏன் எப்போதும் அமைதி, என்னுடன் பேசுவதேயில்லை?” என்றாய். உண்மையில் அந்தக் கேள்வி என்னை நிலைகுலைய வைத்தது. அது ஏனோ என்னால் வலிந்து பேச முடிவதில்லை. நான் “அப்படியல்ல.” என்று பொதுவாகச் சிரித்தேன். “உனக்கு எல்லாத்துக்கும் சிரிப்பு” என்று என் பிடரி மண்டையைச் செல்லமாகத் தட்டினாய். எனக்கு மிக அருகிலே நீ இருந்தாய். உன் முழங்கால் என் கால்களைத் தட்டியது. என் சிகரெட் ஒன்றை வாங்கி நீயும் புகைக்க ஆரம்பித்தாய். முதல் இழுப்பில் கடுமையாக இருமினாய். இருந்தும் அனுபவம் உண்டு என்று என் மறுப்பையும் மீறி தொடந்து புகைத்தாய். உன் நீண்ட விரல்களுக்குள் கடினப்பட்டு சிகிரெட் அமர்ந்திருந்தது. இருவரும் திறந்திருந்த ஜன்னலுக்கால் தலையை வெளியே விட்டுக்கொண்டு படுக்கையில் அமர்ந்தவாறு ஒருவர் முகத்தை ஒருவர் பார்த்துக்கொண்டு பேசினோம். வானம் டோவ் பறவையின் விரிந்த இறக்கையின் சாம்பல் நிறத்தில் மிக அமைதியாகவிருந்தது. ஒரு முழுநீளச் சிகரெட்டைப் புகைத்து முடித்திருந்தாய். அதற்குப் பிறகு நீ கேட்டதுதான் ஆச்சர்யமாக இருந்தது.

“*Weed* இருக்கிறதா?”

“என்ன *weed*டா... இல்லை; அதெல்லாம் நீ உபயோகிப்பியா?” ஆச்சரிய விழிகளுடன் நேர்ப்பார்வை கொண்டு கேட்டேன்.

உன் கன்னம் உள்ளே ஒடுங்கி புன்னகையாக மலர்ந்தது. நெற்றியில் புரண்ட முடிக்கற்றையைக் கோதி கீழுதட்டைக்கவ்வி “ம்ம்... ஒரேயொரு தடவை; உன்னால் முடிந்தா எடு. இருவருமாகப் புகைப்போம்” என்று சொல்லிக்கொண்டு சிரித்துக்கொண்டே என் அறையைவிட்டு நீங்கினாய். ததும்பும் நீர்ச்சுனைபோல் என் உணர்வுகள் மெலிதாகப் பொங்கி அணைந்தது. என் அறையின் மின்குமிழைப் பார்த்தேன். மிகப்பிரகாசமாக ஒளிர்ந்தது.

அதற்குப்பின் என் அறைக்கு நீ வருவதேயில்லை. உன்னைக் காண்பதும் அபூர்வமாக இருந்தது. பனிபடர்ந்த தெருக்களில் நடந்துசெல்ல எதிர்ப்படும் அனைத்து சீன முகங்களும் உன் நினைவையே கிளர்த்தின. நூலகத்தில் புத்தக மட்டையைத் திறக்க உன் முகம் ஆழமாக விரிந்து எனக்குள் நீந்திச்சென்று எங்கேயோ தொலைந்தது. மீண்டும் அதைக் கண்டுபிடிக்கத் தூண்டில்விட்டு அலைந்தேன்.

உன் அறை சாத்தியே இருக்கும். நீ இருப்பதும் தெரியாது, பல்கலைக்கழகம் முடிந்து வந்ததும் தெரியாது. நீண்ட

நாட்களுக்குப்பின் வரவேற்பறையில் உன்னைக் கண்டேன். குஷன் சோபாவில் காலிரண்டையும் நீட்டிப்படுத்து கைப்பிடியில் தலையைச் சாய்த்து தன்னிலை மறந்து புத்தகத்தைப் படித்துக் கொண்டிருந்தாய். என் சப்பாத்துச் சத்தம் கேட்டுத் தலையைக் கீழாகத் தொங்கப்போட்டு என்னைப் பார்த்தாய். தலைகீழாகத் தெரிந்த உன் முகத்தில் புன்னகை வளர நித்தியகல்யாணிப் பூக்கள் கிளையில் ஆடியசைந்ததுபோல் இருந்தது.

"weed கிடைச்சுதா?" என்று முதல் கேள்வியிலே கேட்டாய். விளையாட்டாக நீ கேட்கிறாய் என்று நினைத்திருந்தேன். அது அப்படியல்ல என்று புரிய ஒரு கணம் எடுத்தது.

"இல்லை, கிடைக்கவில்லை; விரைவில் முயல்கிறேன்" என்றேன். ஒரு புன்னகையைச் சாய்வாக விட்டெறிந்துவிட்டு மீண்டும் புத்தகத்துக்குள் மூழ்கினாய். உன் கால்கள் வெள்ளை வெளேரென்று இருந்தது. ஏதோவொரு வித்தியாசத்தை ஒரு கணத்தில் உன்னில் ஆழமாக உணர்ந்தேன்.

இரண்டாவது வாரத்திலே இருபது பவுண்ட் கொடுத்து நண்பனின் நண்பன் மூலம் கஞ்சா பொதியைப் பெற்றேன். நான் நினைத்த அளவுக்கு அது அத்தனை கடினமாக இருக்கவில்லை. பொழுத்தின் கவரில் சுற்றப்பட்ட கஞ்சா துகள்களை என்னுடன் வைத்திருப்பது ஒவ்வொரு கணத்திலும் என்னைப் பலவீனப்படுத்திக்கொண்டிருந்தது. இளகிஇளகி மெழுகாக வீழ்ந்துகொண்டிருந்தேன்.

மூன்று நாட்களாக உன்னைத் தேடினேன். கண்டு கொள்ளவே இயலவில்லை. வாட்ஸப்பில் குறுஞ்செய்திகள் அனுப்பியபோதும் பதில்களில்லை. உன்னுடைய பதில்களுக்காகவே ஏங்க ஆரம்பித்தேன். அதை எண்ணிப்பார்க்க எனக்குள்ளே எரிச்சல் வெந்து புறப்பட்டது. நான்காவது நாள் சமயலறையில் உன்னைக் கண்டேன். கோப்பி தயாரித்துக் கொண்டிருந்தாய். ஒரு கையை இடுப்பில் வைத்துத் தலையை ஒருபக்கம் சாய்த்து எதையோ தீவிரமாக எண்ணி அதிலே திளைத்து மிக மெதுவாகக் கரண்டியால் கலக்கிக்கொண்டிருந்தாய். முற்றிலும் அமைதியில் நீ ஆழமாக வீழ்ந்ததுபோல் இருந்தது.

"ஹேய்" என்றேன். நீ என்னைத் திரும்பிப்பார்த்தாய். முதல் இரண்டு கணம் சிரிக்கவில்லை. மூன்றாவது கணம் வழமையாக நீ சிரிக்கும் தாமரைச் சிரிப்பை மெலிதாக என்மீது திறந்தாய்.

"நீ நலமா, என்னாச்சு உனக்கு?" என்றேன்.

"யா ... நான் நலம், கோப்பி உனக்கும் வேணுமா ?" என்றாய்.

இல்லை என்றுவிட்டு உன்னை கூர்ந்து பார்த்துவிட்டு "*weed* இருக்கு, புகைப்போமா ?" என்றேன்.

நீ சலனப்படாமல் புருவங்களை நெளித்து யோசித்துவிட்டு மெதுவாகச் "சரி" என்றாய். உன்னிடம் இருந்து நீண்ட குதூகலம் வெடித்து எழும் என்று எதிர்பார்த்துக்கொண்டிருந்தேன். மாறாக ஏமாற்றமே என்னுள் எஞ்சியது. நீ உன்னுடைய கோப்பியோடு என் அறைக்கு வந்தாய்.

வழமையாக சிகரெட் சுருட்டும் அதே பேப்பரில் புகையிலைக்குப் பதிலாகக் கஞ்சா துகள்களை வைத்து சுருட்டத் தொடங்கினேன். இடைமறித்துக் கஞ்சா துகளை எடுத்து முகர்ந்தாய். உன் முகத்தில் நித்திய அமைதி தோன்றியதுபோல் எனக்குள் எண்ணம் எழுந்தது. என் தோள்மூட்டை இரு கையால் பிடித்து அழுத்தினாய்.

என் உதட்டில் பொருத்தி லைட்டரால் எரியூட்டி நிதானமாக உள்ளே இழுத்தேன். நடுக்கத்தை மறைத்தேன். இதற்கு முன் யாழ்ப்பாணத்தில் இருக்கும்போது கேரள கஞ்சா இரண்டுமுறை பயன்படுத்தியதுண்டு. அன்றல்லாத பதற்றம் இன்று முழுமையாகச் சூழ்ந்திருந்தது. முழுக்கமுழுக்கச் சட்டவிரோதம். கைதுசெய்தால் என்ன ஆகும் என்று தெரிந்தே இருந்தது. "டோன்ட் வொரி" இதைப் பெரிதாக கண்டுகொள்ள மாட்டார்கள் என்று வாங்கித்தந்த நண்பன் சொல்லியிருந்தான். எனக்கு இதைப் புகைக்கும் எண்ணம் இருந்ததேயில்லை. உனக்காகத்தான். இதற்காக நான் செய்த பிராயச்சித்தத்தை மிகையூட்டி விபரீத சாகசமாகச் சித்திரித்து உனக்கே சொல்லிக் காட்ட வேண்டும், குற்றவுணர்சியைத் தூண்ட வேண்டும் என்று ஆழமாக விரும்பினேன்.

மூன்று இழுப்புக்குப் பின் உனக்குத் தந்தேன். மிக அலட்சியமாக வேண்டி கட்டிலில் அமர்ந்து சுவற்றில் முதுகைச் சாய்த்து நிதானமாகப் புகைக்க ஆரம்பித்தாய். பூக்களின் நறுமணம் உன்னைச்சுற்றிப் படர்ந்தது. உன் கன்னங்கள் மெல்லமெல்ல ஊதி சிவந்து மங்குஸ்தான் பழம்போல் ஆனது. இனிமையான இசையில் ஏறிப் பயணிப்பதுபோல ஒன்றின்மீது ஏறி வழுக்கிக்கொண்டிருந்தேன். ஆனால், வழமைக்கு அதிகமான நிதானத்தில் இருந்தேன்.

நீ அமைதியாக இருந்தது என்னைக் கடுமையாக உறுத்தியது. எதுவுமே பேசாமல் குறைந்தபட்சம் என்னைப் பொருட்படுத்தாமல் இருந்தது என்னைக் கடுமையாக

எரிச்சல்படுத்தியது. எங்கோ ஓர் இடத்தில் ஆழமாக விறாண்டியது போல் அகங்காரத்தில் தேய ஆரம்பித்தேன்.

“உனக்கு என்ன பிரச்சினை? ஆர் யூ ஆல்ரைட்?” உன் முழங்கால் தொடையைத் தொட்டுக் கேட்டேன். நீ நிதானமாக என்னிடம் திரும்பி “எட் ஷீரனின் பாடல்கள் இருக்கிறதா?” என்று கேட்டுக்கொண்டே திறந்திருந்த என் மடிக்கணினியை நோக்கிச்சென்று யூடியூப்பில் பாடல்களைத் தேடினாய். கொஞ்சம் அளவாகச் சத்தத்தைக் கூட்டி ஒலிக்கவிட்டுக் கட்டிலில் வந்தமர்ந்து “அடுத்த சுற்றைச் சுருட்டு” என்றாய். நான் ஆச்சரியமாக உன்னை நிமிர்ந்து பார்த்தேன்.

மீண்டும் இரண்டு சுற்றுகளைச் சுருட்டினேன். நாம் புகைத்தோம். நீண்ட நேரம் புகைத்தோம். என் மடியில் நீ வீழ்ந்தாய். உன் விழிகளால் என்னை ஊடுருவிக்கொண்டு சட்டென்று இமைகளை மூடினாய். நான் அசையாமால் அப்படியே இருந்தேன். பதினைந்து நிமிடம் கடந்திருக்கும் என் தொடை இரத்தோட்டம் குன்றி விறைக்கத் தொடங்கியது. நீயே எதையோ உணர்ந்ததுபோல் திடுக்கிட்டு எழுந்தாய். உன் கண்களின் நரம்புகள் பின்னிப்பிணைந்த சிவந்த பாம்பாகக் கடுமையாக உறைந்திருந்தன. என் டீஷேர்ட் காலரைப் பிடித்து குளியல் அறைக்குள் இழுத்துச்சென்றாய். ஷவரைத் திறந்துவிட்டு என் தோள்மூட்டைப் பிடித்துக்கொண்டு அப்படியே கீழே அமர்ந்தாய். நீர் எம்மீது சீறிச் சாரலாக வடிந்தது. நீ அழுதது போல் தோன்றியது. நீருக்குள் உன் கண்ணீரைப் பிரித்தறிய முடியாமல் இருந்தது. என் தோள்மூட்டில் சாய்ந்தே இருந்தாய். ஒரு சொல்லைக்கூட நாம் இருவரும் பேசவேயில்லை.

உன் தலையைத் துவட்டி, முடிந்தவரை உன் ஆடையில் ஊறிய ஈரங்களை ஒற்றியெடுத்து உன் அறைப் படுக்கையில் படுக்கவைத்தேன். கசிந்த நீர் மெத்தையை ஈரமாக்கியது. மிகுந்த தெளிவுடன் உன் முகம் உறக்கத்திலிருந்தது. உதட்டில் ஒரு புன்னகை. மூன்றுநிமிடம் அறை வாசலில் நின்று உன்னையே பார்த்தேன். உன் கால்கள் மாசற்று, உரித்த பனங்கிழங்குபோல் நீண்டிருந்தன. கைகள் பிடிப்பற்று இறுக்கம் தளர்ந்து முறிந்துவீழ்ந்த கைவிடப்பட்ட மரக்கிளையாகத் தனிமையில் இருந்தன.

என் ஒற்றைப் பக்கத் தலை கடுமையாக வலித்தது. ஆடைகளை மாற்றிவிட்டு என் படுக்கையில் வீழ்ந்தேன். வரமறுத்த நித்திரை மெல்லமெல்ல சதையில் நுழையும் கூரிய கத்தியாக என்னைத் துளைத்து இறங்கியது. மூளை நரம்புகள் கடுமையாக நொந்தன.

தூங்கி எழுந்து தேநீர் தயாரிக்கச் சமையலறைக்குச் செல்லும்போது உன்னை வரவேற்பறையில் கண்டேன். வழமையாக இருக்கும் அதே பாணியில் அமர்ந்திருந்தாய். "நலமாக இருக்கிறீயா?" என்று கேட்டேன். உன்னிடமிருந்து எந்தப்பதிலும் வரவில்லை. குறைந்தபட்சம் உன்னிடமிருந்து ஒரு நன்றிகூட கிடைக்கவில்லை என்பது என்னைச் சீண்டியது. அதைப் புறந்தள்ளிக்கொண்டு தேநீர் தயாரிக்கச் சென்றேன்.

மின்கேத்தலில் தண்ணீரைக் கொதிக்கவைக்கும்போது விசும்பல் ஒலிகளை விட்டுவிட்டுக் கேட்டேன். உன்னிடம் இருந்துதான் அவை எழுகின்றனவோ என்ற ஐயத்துடன் எட்டிப்பார்த்தேன். உன்னிடமிருந்துதான். உன் கண்களிலிருந்து கண்ணீர். உன்னிடம் வந்து பேசுவதா, வேண்டாமா என்று சில கணம் யோசித்துவிட்டு விலகிச்சென்றேன். உனக்கும் சேர்த்து கோப்பியைத் தயாரித்துக் கொண்டுவந்தேன். நீ உன் அறைக்குள் சென்று அமர்ந்திருந்தாய். வழமையாக நீ அமர்ந்திருக்கும் இருக்கை நீ இல்லாமல் தனிமையில் அமைதி இழந்திருந்தது.

என் அறைக்குள் செல்ல எத்தனிக்கும்போது அந்த முடிவை ஒரு கணத்தில் எடுத்தேன். உன் அறைக்கதவை அனுமதியில்லாமலே திறந்தேன். என் இரண்டு கைகளிலும் கோப்பி நிறைந்த கோப்பைகள் இருந்தன. தடுமாற்றத்துடன் உள்ளே நுழைந்தேன். படுக்கையில் கால்களுக்கிடையே தலையாணியை வைத்து அதற்குள் முகத்தைப் புதைத்து உறைந்திருந்தாய். மேசையில் கோப்பைகளைச் சத்தம் வராமல் மென்மையாக வைத்துவிட்டு, உன் அருகே வந்து முதுகைத் தொட்டு "மின்" என்று உன்னை அழைக்க விழைய உடல் குலுங்கித் திடுக்கிடலுடன் என்னை நிமிர்ந்து பார்த்தாய். உன் உடல் ஒருமுறை உதறியது. உன் கண்கள் ஆழமான வெறுப்பை என்மீது கக்கியது. நான் என் கைகளை உன் முதுகிலிருந்து விளத்த எத்தனிக்க நீ பலம்கொண்டு தட்டிவிட்டாய். நான் என் செயல்திறன் குன்றி இயலாமையை அடைந்து தாழ்வில் தவிக்க, நீ எழுந்து என் கன்னத்தில் ஓங்கி அறைந்தாய். நான் தடுக்கவில்லை, இரண்டாம் மூன்றாம் அடிகள் மாறிமாறிக் கன்னத்தில் விழ நான் பின்னால் நகர என்னையே தாக்கிக்கொண்டு முன் நகர்ந்தாய். வரவேற்பறையின் நடுவரை வந்தோம். வலி பொறுக்கமுடியாமல், சமநிலை குழைந்து நான் "ஹேய்" என்று சுதாகரிக்க என் தோள்மூட்டைப் பிடித்துத் தள்ளிவிட்டாய். நிலைதடுமாறி சுவரில் சாய்ந்து பிடிமானம் ஏதும் கிடைக்காமல் தத்தளித்துப் பின்னால் வீழ்ந்தேன். என் இடுப்பில் இரண்டு உதை உதைந்தாய். மிக உறுதியான அடிகள் அவை. உச்சகட்ட வலியை

ஏற்படுத்தியது. மூச்சு எடுப்பதில் சிரமம் படர்ந்தது. வலி உடம்பு முழுவதும் மின்சாரமாகக் குறைவழுத்தத்தில் ஓடி என்னை அதிரச்செய்தது.

“எங்கள் பூர்வீகம் சீனா என்றாலும், நான் பிறந்து வளர்ந்தது ஹோங்கொங்கில்” என்றாய்.

“ஹ்ம்ம்”

“எனக்கு ஒரு சகோதரன் இருக்கிறான்...” என்றுவிட்டு நீ உன் அறைக்குள் சென்றாய். நான் புரியாமல் அப்படியே கொஞ்ச நேரம் அங்கேயே இருந்தேன். வீரிட்டு உன் அறையிலிருந்து படபடக்கும் புறாபோல் மீண்டும் என் முன்னே வந்து “எனக்கு மாதவிடாய் முடிந்த பிற்பாடு மூன்றாவது நாள் நானும் அவனும் உடலுறவு கொள்வோம். விளையாட்டாகப் பதின்மூன்று வயதில் தொடங்கிய இந்தப் பழக்கம் மூன்று வருடங்கள் தொடர்ந்தது... எப்போதும் அல்ல வருடத்துக்கு மூன்று நான்கு முறை இவ்வாறு செய்துள்ளோம்” என்றாய்.

நான் உன்னையே பார்த்துக்கொண்டிருந்தேன். அதைச் சொல்லிவிட்டு அழுவதுபோல் என்னைப் பார்த்தாய். உன் கண்கள் பழுப்பு நிறத்திலிருந்தன. இப்போது என்ன பதிலைச் சொல்வது என்று தடுமாறினேன். ஏதோவொரு ஆறுதலை என்னிடமிருந்து எதிர்பார்க்கிறாய் என்று புரிந்தது. புண்படுத்த விரும்பி அமைதியாக இருந்தேன். என்னையே பார்த்துக் கொண்டிருந்தாய். நான் உன் கண்களையே பார்த்தேன். அப்படியே பின்னால் நகர்ந்து காற்றில் வீழும் ரிப்பன் துண்டுபோல் மென்மையாக உன் அறைக்கதவுக்குள் சென்று வீழ்ந்தாய்.

குளியலறையின் பெரிய நிலைக்கண்ணாடியில் என் முகத்தைப் பார்த்தேன். வீங்கிச் சிவந்திருந்தது. சுடுதண்ணீரால் ஒத்தடம் கொடுத்தேன். என் அறைக்கு வந்து டிஷேர்டை நீக்கிவிட்டுக் கழுத்தின் பின்புறத்தைத் தடவிக்கொண்டு மௌனமாகச் சற்றுநேரம் இருந்தேன். சிறிது நேரத்தில் நீ என் அறைக்கதவைத் திறந்து உள்ளே வந்தாய். பதற்றம் எழுந்த சுடரின் தவிப்புடன் அலைக்கழிந்து உன்னைப் பார்த்தேன். என்னை வாரிக்கட்டிக்கொண்டாய். உன் மார்புத் துடிப்பு தெளிவாக எனக்குக் கேட்டது போல் இருந்தது. குலுங்கிக்குலுங்கி அழுதாய். என் கழுத்தில் உன் கண்ணீர் ஒட்டிப் பிசுபிசுத்தது. என்ன செய்வதென்று தெரியாமல் திகைத்து, சட்டென்று என் சாய்வுகளை உதறி உன் கேசத்தை ஆதரவாகத் தடவினேன். நீ இன்னும் என்னைத் தழுவி இறுக்கமாக அழத் தொடங்கினாய்.

உன்னை சமநிலைப்படுத்தி இருக்கச் செய்தேன். ஏதோ சொல்ல எடுப்பதும் தவிப்பதுமாக உனக்குள்ளே மூழ்கி மூழ்கி எழுந்து நிலையிழந்து சரிந்துகொண்டிருந்தாய். கஞ்சாவைச் சுற்ற ஆரம்பித்தேன். நா வறண்டிருந்த உனக்கு குடிக்கத் தண்ணீர் தந்துவிட்டு, கஞ்சாவை இரண்டு இழுப்பு இழுத்துவிட்டு உனக்குத் தந்தேன். வாங்கும்போது உன் கைகள் தடுமாறிச் சரிந்தாலும் நிதானமாகப் புகைக்க ஆரம்பித்தாய். உன் கண்களில் வழிந்த கண்ணீர் உறைந்து நின்றது. மூக்கிலிருந்து வடிந்த நீரைத் துடைக்க பேப்பர் துண்டு தந்தேன்.

சிறிது நேரத்தில் நீயாகவே பேச ஆரம்பித்தாய்.

"நானும் அவனும் சேர்ந்து கஞ்சா புகைப்போம்; என் பதினெட்டாவது வயதில் கஞ்சா புகைக்க ஆரம்பித்தோம் . . ." என்றாய். அந்த அவன் யார் என்று எனக்குப் புரியவில்லை. அது உன் அண்ணனாக இருக்கும் என்று ஊகித்தேன்.

"ஆனால் நாங்கள் ஒருபோதும் அதைக்குறித்துப் பேசிய தில்லை" என்றாய். எதை என்று என்னுளே கேட்டுப் பார்த்தேன். நீயே என் குழப்பத்தைப் பார்த்து "எனக்கும் என் அண்ணனுக்கும் இருந்த அந்த ஆரம்பகால உறவை" என்றாய்.

நான் அதைக்குறித்து ஆழமாகச் சிந்திக்கவில்லை. நினைக்கும்போது அதன் வீரியம் என்னைத் தாக்கியது. கொஞ்சம் தடுமாறி "ம்ம் . . ." என்றேன். மூன்று இழுப்புகள் இழுத்திருந்தாய். நான்காவது இழுப்புக்குத் தயாராகிவிட்டு என்னிடமே மிகுதியைத் தந்தாய். இப்போது எனக்குத் தேவையாக இருந்தது. வாங்கி ஆழமாக உள்ளே மூச்சுக்காற்றோடு இழுத்தேன்.

"என் அப்பா மிகப்பெரிய வியாபாரி; பிலிப்பைன்சில் ஏகப்பட்ட வாழைத்தோட்டங்கள் இருந்தன, கொலம்பியாவில் கோப்பி தோட்டங்களும் இருந்தன. எப்போதும் விமானத்தில் பறந்துகொண்டிருப்பார். நானும் அண்ணாவுமாகவே வளர்ந்தோம். எங்கள் அன்னை சிறுவயதிலே தவறிவிட்டார். எங்களைப் பார்த்துக்கொள்ள நிறையவே பணியாட்கள் இருந்தார்கள்" நீ சொல்வதை புகைத்துக்கொண்டே கேட்டுக் கொண்டிருந்தேன். உன் மெல்லிய குரல் மிகக்கூர்மையாக உக்கிரம்கொண்டு என்னுளே இறங்கிக்கொண்டிருந்தது.

"எனக்கும் அண்ணாவுக்கும் அந்த உறவு உருவாகி சிறிது காலத்திலே ஓய்ந்தது; நாங்கள் அதைப்பற்றிப் பேசிக்கொள்வ தில்லை. அதுவொரு விளையாட்டாக இருக்க வேண்டும் என்று எனக்குள்ளே விரும்ப ஆரம்பித்தேன். நாங்கள் வளர்ந்த

பின் அண்ணா காதலித்து ஒரு பெண்ணைத் திருமணம் செய்துகொண்டான். அப்பாவுக்கு அந்தத் திருமணத்தில் பெரிய விருப்பம் இல்லை. இருந்தும் மறுப்பேதும் சொல்லவில்லை. இரண்டு வருடங்கள் அண்ணா நன்றாகத்தான் இருந்தான். தனியாகவே வியாபாரம் செய்தான். கொஞ்ச நாளில் அவனுக்கும் அவன் துணைவிக்கும் இடையில் பிரச்சினை ஆரம்பமாகியது. அவள் வேறோர் ஆணுடன் சென்றுவிட்டாள்."

நீ சொன்னவை எனக்குள் எந்தவித அதிர்ச்சியையும் உருவாக்கவில்லை. ஒரு திரைப்பிரதியை மீட்டுப் பார்ப்பது போல, காட்சித் துண்டங்களாக ஓட்டிப் பார்த்துக்கொண்டிருந்தேன்.

"அதனால் அவன் மிக நொந்து நூலாகினான். விரக்தியில் புண்பட்டு இருந்தான். அவனுக்கு ஆறுதல் அளிக்க அப்பா என்னை அனுப்பிவைத்தார் அவன் இடத்துக்கு. முடிந்தவரை பேசி அவனை இயல்புக்கு கொண்டுவர முயன்றேன். பெண்கள்மீது கடும் வெறுப்பில் இருந்தான். என்னை 'போ . . . போ . . .' என்று சீறிக்கொண்டிருந்தான். இருந்தாலும் பொறுமை யாக அவனுடன் இருந்தேன். ஒரு முறை நான் எதிர்பார்க்காத நேரத்தில் என்னை உறவுக்கு அழைத்தான். மறுத்தேன். மறுபடி மறுபடி அவன் அழைக்கச் சண்டையாகியது. அவனின் இடுப்பில் இரண்டு உதை உதைத்துவிட்டு அன்றே புறப்பட்டு வந்தேன் . . ." இப்போது எனக்கு நீ என் இடுப்பில் உதைந்தது நினைவுக்கு வர தேகம் விறைத்துப் பதறியது. புகைத்த கஞ்சா எந்த மாற்றத்தையும் உள்ளே விதைக்காதது போல் இருந்தது. ஆழமாக இழுத்தேன்.

"அதன் பின் அவனுடன் பேசுவதில்லை; முற்றிலும் அந்நியமான சூழல் வேண்டும் என்பதற்காக இங்கிலாந்தைத் தேர்வு செய்து படிக்கவந்தேன்" என்றாய்.

"சரி இப்போது என்ன பிரச்சினை ?" என்றேன்.

"அவன் நம் சிறுவயது உடலுறவு நினைவுகள் இருக்கிறதா என்று கேட்டு மின்னஞ்சல் செய்திருந்தான். நான் பதில் எதுவும் கொடுக்கவில்லை. இப்போது அதை வர்ணித்து, என் யோனிவாசல் வேண்டும் என்று மின்னஞ்சல் செய்துகொண் டிருக்கிறான்" என்று சொல்லிவிட்டுக் கண்ணை மூடிக்கொண்டு மேலே பார்த்தாய்.

"இப்போது இதிலிருந்து வெளிவர எனக்கு ஒரே வழிதான் உண்டு" மேலும் நீ தொடர்ந்தாய். எனக்கு பெரிதாகப் புரிதல்கள் வராமல் நெளிநெளியாகக் குழப்பிக் கொண்டிருந்தது.

“என்ன ?” என்றேன். உன்னில் மௌனம் கொடியாகப் பரவிக்கொண்டிருந்தது. கண்களைத் திறந்து என்னை உற்றுப்பார்த்தாய். உன் விழிகளில் நீர்த்திரை வடிந்து கனிவு சுரந்தது. எழுந்து என்னருகில் வந்து தோள்மூட்டை இறுகிப்பற்றி இறுக்கமாக அணைத்தாய். உன் உடலின் மென் சூடு எனக்குள் ஊடுருவியது. நானும் ஆதரவாக உன்னைத் தழுவி ஆறுதல் வார்த்தை ஏதும்சொல்ல எனக்குள் துழாவினேன். வார்த்தைகள் சிக்காமல் தடுமாறி சிதறினேன். உன் உடலின் மென்மை என்னைத் தீண்டி விரிந்தது.

கொஞ்சம் தடுமாறி சாய்வாக மனதை சரித்துக் கொண்டேன்.

உன் உதட்டால் எட்டி என் உதட்டின் விளிம்புகளைக் கவ்வினாய். வாழைப்பழத்தின் தோலை உள்பக்கமாகக் கவ்வியது போல் என் உதடு உணர்ந்து மூர்க்கம் கொண்டது. நாக்குகள் பிணைந்து தீண்டி உக்கிரமாகின. முத்தங்கள் தீயாகத் தேகம் எங்கும் பரவியது. நிலைதடுமாறிச் சரிய ஓர் நிதானம் படகாக எனக்குள் நீந்தி வந்தது.

அன்றைய பொழுது ஓய நிர்வாணமாக ஆடி இருவரும் ஓய்ந்திருந்தோம். இன்பம் தேய்ந்து சுரந்து மறுபடியும் அடங்கியிருந்தது. படுக்கையில் வீழ்ந்திருந்திருந்தவாறே என்னைப் பார்த்து “கஞ்சா வேண்டும்” என்றாய். அசதியுடன் நழுவும் ஆடைகளைச் சரிப்படுத்திக்கொண்டு பேப்பரை எடுத்து விரித்து நிதானமாகச் சுற்றத் தொடங்கினேன். கண்களை மூடி தீவிரமாக யோசித்துக்கொண்டிருந்தாய். நான் உன்னை நோக்குவதை உள்ளுணர்வில் அறிந்தோ என்னவோ கண்களை விழித்து என் கண்களையே பார்த்தாய். உன் கண்களில் அமைதி செந்நிறமாகத் தெரிந்தது. மீண்டும் புகைத்தோம். இந்தமுறை புகைத்து முடிய என் மார்பில் நீ புதைந்தாய். உன் கேசத்தை வருடிக்கொண்டு மிகுதியைப் புகைத்து முடிந்தேன். அதன் பின்பும் புரவி வேகத்தில் கலவி கொண்டோம்.

மறுநாள் பல்கலைக்கழகம் முடிந்த பிற்பாடு உடை மாற்றிவிட்டு என் அறைக்குள் வந்து என்னைத் தள்ளி வீழ்த்தி என்மேல் ஏறி அமர்ந்து நாக்கால் என் முகத்தை வருடினாய். அன்றும் கலவி கொண்டோம். மிக உக்கிரமாக என்னைப் புரட்டி எடுத்தாய். புன்னகைத்துக்கொண்டே இருந்தோம்.

தொடர்ந்து நான்கு நாட்கள் விடுமுறை வந்தது. இருள் வடியும் அன்றைய பின்னேரப் பொழுதிலே நீ உன் நண்பர்களுடன் ஸ்காட்லாந்துக்கு விடுமுறையைக் கழிக்கச் சென்றாய்.

நீலநிற அங்கியுடன் நீ புறப்பட்டுச் சென்றதை விழியசையாமல் பார்த்தவாறிருந்தேன். எனக்கு ஆய்வு வேலைகள் குமிந்திருந்தன. இந்த நான்கு நாட்களில் அதனை முடிப்பதாகத் தீர்க்கமாக முடிவெடுத்திருந்தேன்.

நீயற்ற வெறுமை எனக்குள் முளைக்க, உன் மீதான தங்குதலை உணர்ந்து என்னையே வெறுத்து உன் மீதான நினைவுச் குமிழிகளை உடைக்கத் தொடங்கினேன். கலவியைவிட அதன் மீதான நினைவுகள் எத்தனை உக்கிரம் கொண்டவை. அதன் இன்பத்துக்குள் வீழ்ந்து திகைத்துத் தட்டுத்தடுமாறி என் ஆய்வு வேலைகளை இழுத்துப்போட்டுச் செய்ய ஆரம்பித்தேன்.

நீயொரு சீனப் பாடலை உற்சாகமாக முணுமுணுத்துக் கொண்டு வீட்டின் கதவைத் திறந்து ஐந்தாம் நாள் விடுமுறையை முடித்துக்கொண்டு உள்ளே வந்தாய். உன் முகம் பூரிப்பால் அலைவுற்றவாறு இருந்தது. என்னைப் பார்த்துத் தாமரைச் சிரிப்பை எறிந்துகொண்டு உன் அறைக்குள் சென்று வீழ்ந்தாய்.

அதன்பின் உன்னைக் காண்பதே மறுபடியும் அபூர்வமாகத் தொடங்கியது. உன் அறையை விட்டு நீ வெளியாகுவதே இல்லை. சமையலறையிலும் வரவேற்பறையிலும் உன் வருகைக்காகக் காத்திருந்து தேய்ந்தேன். உன் அறைக்குள் நுழைய அச்சம் விம்மியது. வெறுமை என்னைச் சூழ, தத்தளிப்புக்குள் வீழ்ந்து நொறுங்கினேன். உன் அடர்வாசம் என் நாசிக்குள் நுழைந்து என்னைப் படுத்தி நண்டுக் கால்களால் எண் திசையிலும் கீறியது. நீண்ட தடுமாற்றத்திற்குப்பின் உனக்கு வாட்ஸப்பில் குறுஞ்செய்தி அனுப்பத் தொடங்கினேன். உன் புறக்கணிப்புகள் எனக்குள் சீற்றம் பெற "உன்னோடு உடலுறவு கொள்ள வேண்டும் வா" என்று செய்தி அனுப்பினேன்.

தூக்கத்திலிருக்கும்போது என் அறையின் கதவைத் தடாலாகத் திறந்து உள்ளே வந்தாய். நான் சத்தம் கேட்டுத் திடுக்கிட்டுப் போர்வையை விலத்தி எழுந்துபார்த்தேன். உன் கேசம் தீ நாக்குகளாக அலைந்தது. மௌனமாக என்னைப் பார்த்தாய். அந்த மௌனம் என்னைச் சாய்த்தது. எதுவும் சொல்லாமல் என் அறையை விட்டு நீங்கினாய். உடனே எழுந்து வாசலுக்கு வந்து உன் கைகளை எட்டிப்பிடித்து இழுத்தேன். நீ திமிறினாய். அந்தத் திமிறலுக்குள் என் மீதான உன் சாய்வைக் கண்டேன். என் மார்புக்குள் நீ சாய்ந்தாய். எனக்கு அழுகை வெடித்துக் கசிய கண்ணீர் வடிந்து உன் கேசத்தில் கோடுகள் வரைந்தன.

“நாயே என்னை நிம்மதியாக இருக்கவிடமாட்டியா?”

என் இடிப்பில் எட்டி வலிமை தெறிக்க உதைந்தாய். அதை எதிர்பார்த்தவன்போல் வாங்கிக்கொண்டேன்.

“எல்லாத்தையும் மறக்கப் பயணம் போய்வந்தேன்; இப்போதுதான் மகிழ்ச்சி துமித்தது. நீ மீண்டும் நினைவுபடுத்தி ஆரம்பிக்கிறாய்.”

இடுப்பு மிக வலிக்க, இன்னும் மிகை உணர்ச்சியைக்கூட்டி மௌனமாகத் தரையில் அமர்ந்தேன்.

“நடிக்காத நாயே” என்றாய் உக்கிரம் தீயாகப் பாய. அமைதியாகவே இருந்தேன். என்னை இழுத்து எழுப்பினாய், பின் என் முகத்தை எட்டி உதட்டில் முத்தம் இட்டாய், “நாயே என்ன இத்தனை மெசேஜ்? அண்ணன்போல் இப்படி அனுப்பி யிருக்கிறாய்” என்று விட்டு என்னை இறுக்கி அணைத்தாய்.

இருவருமாக மொட்டை மாடிக்குச் சென்று வான் நோக்கி முகம் பார்க்க நட்சத்திரங்களைப் அவதானித்தவாறு கஞ்சா புகைத்தோம். குளிர்காற்று தீண்ட, கைகளை இறுக்கி என்னை இன்னும் நெருக்கமாக அணைத்தாய். உன் மூச்சுக்காற்று என்னுள் ஊர்ந்தது. இருவரும் எதுவுமே பேசிக்கொள்ளவில்லை. அமைதியைத் கீறும் வண்ணம் “அண்ணாவை எனக்கு மிகப்பிடிக்கும்” என்றாய் சட்டென்று, யோசனையிலிருந்து விடுபட்ட அம்பாக.

“தெரியும்” என்றேன்.

என் மார்பில் கைகளை ஊன்றி எழுந்து என் முகம் பார்த்து “எப்படி என்றாய்?” நான் புன்னகைத்தேன். எனக்குள் ஓர் அதிர்வு கிளர்ந்து வளர்ந்து சரிந்தது.

“குற்றவுணர்வைக் கடப்பது என்பது எத்தனை கடினம்” என்றாய் ஒரு பெருமூச்சு வெளிப்பட.

“அதை யார் மீதாவது சாய்த்துவிட்டுக் கடப்பதுதான் இருக்கும் வழி” என்றேன்.

நீ உடல் அசைய என்னை ஊடுருவிப்பார்த்தாய். நானும் உன் முகத்தை ஊடுருவி உன் விழிகளை ஊடுருவிப் பார்த்தேன். என் முகம் கலங்கலாக உன் சிறிய விழிகளில் தெரிந்தது, அந்த மென் ஒளியிலும்.

அன்றைய பொழுதில் மீண்டும் நிர்வாணமாக ஆடி இருவரும் ஓய்ந்திருந்தோம். காலையில் எழுந்து உன் வருகையிலிருந்து எனக்குள் நடந்ததைச் சொல்லிப் பார்த்துக்கொண்டே இருந்தேன்.

என்னைப் பார்த்துப் புன்னகைத்துக்கொண்டே அன்றைய தின வகுப்புக்கு நீ புறப்பட்டுச் சென்றாய். உன் அண்ணாவின் பெயரை இதுவரை நான் கேட்டதில்லை, நீயும் சொன்னதில்லை. என் பெயரை எனக்குள் நானே சொல்லிப்பார்த்தேன்.

ooo

அம்ருதா, 2018

போர்வை

1981இல் அச்சாகிய *ஈழநாடு* பத்திரிகையில் வெளியான இந்த துண்டுச் செய்தியை வாசிக்காமல் இக்கதைக்குள் செல்ல முடியாது என்பதால் இதை வாசித்தே ஆகவேண்டிய கட்டாயம்.

யாழ்ப்பாணம் கல்வியங்காட்டில் செங்குந்தா இந்துக் கல்லூரியருகே 'தமிழ் புதிய புலி'களின் தலைவர் செட்டி சுட்டுக்கொல்லப்பட்டார். அவரின் கழுத்திலிருந்த மட்டையில் "தேச விடுதலைக்காகச் சேர்த்த பணத்தைக் கையாடல் செய்ததற்காகவும், சகதோழர்களைச் சிங்கள இனவாத அரசுக்குக் காட்டிக்கொடுத்ததற்காவும் இந்த மரணதண்டனை வழங்கப்படுகிறது" என்று எழுதப்பட்டிருந்தது. வீதியில் அனாதரவாக வீசப்பட்ட அவரின் சடலம் கருப்புப் போர்வையால் மூடப்பட்டிருந்தது.

1

மேயர் அல்பிரட் துரையப்பா 'முஸ்தபா' தையல்கடையில் மிகச்சாதாரணமாக தேநீர் ஆவிபறக்கத் தகர மூக்குப்பேணியுடன் அமர்ந்திருந்தார். தையல் இயந்திரத்திலிருந்து சடசடக்கும் ஒலி எழுந்து எழுந்து அமர்ந்து பரவிக்கொண்டிருந்தது. ஒவ்வொரு ஞாயிற்றுக்கிழமையும் அவர் இங்கே வருவது வழமை. யாழ்ப்பாண பட்டினத்தில் சனநெருக்கடி மிக்க பகுதிக்குள் அந்தத் தையல்கடை ஒதுக்குப்புறமாக அமைந்திருந்தது. யாழ்ப்பாண மேயர் துரையப்பாவை அந்தக்கடையில் அடிக்கடி

காணமுடியும் என்பது மக்களுக்குத் தெரிந்தே இருந்தது. வீதியில் நடந்து செல்லும்போது வணக்கம் சொல்லும் அனைவர்க்கும் புன்னகைத்தவாறே வணக்கம் சொல்வது சளைக்காமல் நடைபெறும் ஒன்று.

இன்று அவர் கையோடு போர்வை ஒன்றை எடுத்து வந்திருந்தார். அதன் இருபுறத்தையும் தையலோடி இறுகத் தைக்க வேண்டியிருந்தது. எவ்வளவு வற்புறுத்தியும் முஸ்தபா தையல் கூலியை வாங்க மறுத்தான். இருந்தாலும் பலவந்தமா "இந்தா ஐசே" என்று காசைத் திணித்துவிட்டு, தன் வெள்ளை வேட்டிசட்டையை நீவிவிட்டுக்கொண்டு புறப்பட ஆயத்தமானர்.

அப்போதுதான் தம்பி அவர்கள் முன் மெல்லிய காற்றெனத் தோன்றினான். துரையப்பாவை நேர்கொண்ட பார்வையில் பார்த்துக்கொண்டே இடுப்பில் மறைத்துவைத்த கைத்துப்பாக்கியை எடுத்தான். துரையப்பா சுதாரித்துத் தடுமாற முஸ்தப்பா குறுக்கே பாய்ந்தான். கணப்பொழுதில் முதலாவது குண்டு வெடித்தது. சனம் துப்பாக்கி வேட்டோசையினால் வெருண்டு அக்கம்பக்கம் சிதறி ஓடத்தொடங்கியது. துரையப்பா திகைத்து பின்வாங்கி கடைக்குள் நுழைய அவர் கையிலிருந்த போர்வையை ஏறக்குறைய பறித்தவாறு யாரோ ஒருவன் ஓடத் தொடங்கினான். தோல்பட்டையில் இரத்தம் வடிய முஸ்தபா கடைக்குள் துரையப்பாவைத் தள்ளிக்கொண்டு புகுந்தான்.

தம்பி அந்தக் கனவை மீண்டும் மீண்டும் தனக்குள் ஓட்டிப்பார்த்தான். அவன்மீதே அவனுக்கு எரிச்சல் வந்தது. எத்தனை தடவையோ துரையப்பாவைக் கொல்ல வேண்டும் என்பது அவனது வாழ்நாள் திட்டமாக இருந்தது. இன்றுதான் அவரைக் கொல்ல முயல்வது போலக் கனவு வந்தது. ஆனால் அது தோல்வியில் முடிந்தது என்பதைக் கிஞ்சித்தும் ஏற்றுக்கொள்ள இயலவில்லை. முஷ்டியை மடக்கிக் காற்றில் குத்தினான்.

2

வரும் மாதம் குடியரசு தினம் வருகிறது. ஒட்டுமொத்தமாகப் புறக்கணிக்க வேண்டும். கடல் காற்றின் இரைச்சலை மீறி மேடை உக்கிரம் கொண்டிருந்தது. பெற்றோமக்ஸின் வெளிச்சம் குழுமியிருந்த மக்களின் முகத்தில் பட்டுத் தெறித்தது.

தம்பியும் அவன் நண்பர்களும் இந்த விஷயத்தில் உறுதியாகத்தான் இருந்தார்கள். இப்போதுதான் அவர்களுக்கு பதினாறு வயது தாண்டியிருந்தது. மூன்று நாட்களுக்கு மேல் ஹர்த்தால் செய்ய வேண்டும். ஒட்டுமொத்தமாகத் தமிழர்களின் எதிர்ப்புணர்வைச் சிங்கள அரசுக்குக் காட்டவேண்டும்.

எல்லோருக்கும் ஒருமித்த உணர்வு இருந்ததாகத்தான் தோன்றியது தம்பிக்கு. கூட்டத்திலிருந்து தம்பியும் நண்பர்களும் விலகித் தனியாக பிரிந்து நடந்தார்கள். பனைமரத்தில் கட்டியிருந்த ஒலிபெருக்கிகள் உக்கிரமாக அலறியவாறிருந்தன.

நிலவு விரிந்த ஒளிகளைச் சிதறவிட்டிருக்கும் வல்வெட்டித் துறை கடற்கரையில் அரசப் பேருந்து ஒன்றை எரிப்பதாகத் தம்பியும் அவனின் இரண்டு நண்பர்களும் திட்டம் தீட்டியதைச் சங்குகளும் சிற்பிகளும் ஈரம்படிந்த மண்ணில் காதைச் சாய்த்துக் கேட்டுக்கொண்டிருந்தன.

நண்பர்கள் அனைவரும் சென்றுவிட தம்பி தனியே கடற்கரையைப் பார்த்துக்கொண்டு அமர்ந்திருந்தான். அலைகளின் மேலே நுரைகள் வெடித்துப் பொடிப்பொடியாகி உதிர்ந்துகொண்டிருந்தன. அப்படியே ஈர மண்ணில் தலையைச் சாய்த்து அண்ணார்ந்து வான் பார்த்துப் படுத்தான்.

இருட்டு அடர்த்தியில் வீழ்ந்து களைத்திருந்தது. மெல்லிய கீறலாக ஒளிபடர அவள் விண்ணிலிருந்து விடுபட்ட பறவையின் இறக்கை அலைவில் கீழே மிதந்து வந்தாள். தம்பி அவளையே பார்த்தவாறிருந்தான். நெருங்கநெருங்க அவள் உருவம் ஜொலித்துப் பிரகாசமாகித் துலக்கம் அடைந்தது. அவளின் ஒளியின் முன்னால் நட்சத்திரங்கள் சோகை இழந்து கரைந்தன. அலைகள் பாதத்தின் விளிம்புவரை நுரைத்துக் கொண்டு எழுந்து வந்து தழுவிச்சென்றன. அப்போதுதான் அவளின் வருகை நிகழ்ந்துகொண்டிருந்தது. அவளின் கையில் ஒரு போர்வை இருந்ததைத் தம்பி கவனித்தான்.

தேவதையின் வருகை ஒன்றை இச்சமயம் அவன் எதிர் பார்க்கவில்லை. இளம்சூடு உடலில் படர, எழுந்து கொள்ள முயற்சி செய்தும் முடியாமல் அச்சத்தின் எல்லையில் தடுமாறிச் சிதறிக்கொண்டிருந்தான்.

புன்னகை குமிழ அவனை உற்றுப்பார்த்து, கையிலிருந்த போர்வையை அவள் கொடுத்தாள். மறுப்பேதும் சொல்ல இயலாது தன் இருகரம் நீட்டி தம்பி அதனை வாங்கினான். போர்வையின் வெதுவெதுப்பில் கை கசிந்தது.

3

செட்டிக்கு சொந்தவூர் கல்வியங்காடு. தனபாலசிங்கம் என்பதுதான் அவர் பெயராக இருந்தாலும் செட்டி என்ற பெயரிலே அனைவருக்கும் தெரிந்தவராக இருந்தார். கொஞ்சம்

தடித்த குரல். கவர்ச்சியாக உரையாடக்கூடியவர். கருகரு முடி கருவேப்பிலைக் கொழுந்தை நினைவுபடுத்தும்.

செட்டியைக் கண்டபோது பெரும் திடுக்கிடலாகவே இருந்தது மகேஸ்வரனுக்கு. நல்ல வெளிச்சம் கூடியிருக்கும் பொழுதிலே அவரின் வீடு வந்து சுதந்திரமாகச் சந்தித்தார்.

"வந்தாச்சோ?"

"தப்பியாச்சு"

"என்ன?"

"நானும் பத்மநாதன், சிவராசா, ரத்னகுமாராக தப்பீட்டம்"

"எப்படி?"

"அதை பேந்து சொல்லுறன்; இப்ப எனக்கொரு உதவி தேவை"

மகேஸ்வரன் தமிழீழ ஆதரவாளர்தான் என்றாலும் கொஞ்சம் பயந்த சுபாவம் உடையவர். இலங்கை சிங்கள அமைச்சர்களை வரவேற்று அழைத்துவந்த அருளம்பலத்தின் வலதுகையான குமாரகுலசிங்கத்தை இவர்கள்தான் தட்டினார்கள் என்ற செய்தியை நன்கறிந்தவர் மகேஸ்வரன். காவல்துறையால் கைதுசெய்யப்பட்டு அனுராதபுர சிறையில் தண்டனைக் காலத்தில் இருப்பவர்கள் எப்படி தப்பித்தார்கள்? எழுந்து திமிரும் கேள்விகளையும் பதற்றத்தையும் மறைத்து "என்ன உதவி?" என்றார்.

"எனி தனிநாடு அமைக்க முற்றுமுழுதாக போராடுவதாக இருக்கிறோம். அரச படைகளுடன் சண்டை பிடிக்க ஆயுதங்கள் தேவை, அதற்குக் காசு நிறைய வேணும் ... நீர்தான் ஏற்பாடு செய்யோணும்"

வில்லங்கமான விசயமாகப்பட்டது. மகேஸ்வரன் வல்வெட்டித்துறையில் பிரபலமான கடத்தல்காரர்தான். குட்டிமணி, தங்கதுரை அளவுக்குப் பிரபலம் இல்லை, எனினும், சளைக்காமல் தூத்துக்குடிக்கு வள்ளம்விட்டு சீலை, தங்கம் என்று பெரிய கை பார்த்துக்கொண்டிருந்தவர். சமாளிக்க எண்ணம் மனதில் எழுந்தது.

"செட்டி உம்மட நோக்கம் நல்ல நோக்கம்தான், ஆனாப்பாரும் இப்ப நிலைமை சரியில்லை ..."

செட்டியின் முகம் இருண்டுவந்தது. அதைக் கவனிக்கத் தவறாத மகேஸ்வரன் இன்னும் குரலைச் சரிப்படுத்தி நீண்ட நேரம் கதைத்தார்.

“இப்ப உமக்கு ஏற்ற ஆக்களை நான் சொல்லுறன், அவையளோட போய் நில்லும்”

“ஆர்?”

“தம்பியோடையும் அவன்ர கூட்டாளியளோடையும்”

“தம்பியா, ஆர் அவன்?

4

தம்பியும் அவன் கூட்டாளிகளும் மூன்று நாள் சாப்பாடு இல்லாமல் மறைவாக அலைந்தார்கள். மரவள்ளிக்கிழங்குதான் தோட்டத்தில் பிடுங்க முடிந்தது. கிடைத்த கிழங்குகளைக் காற்சட்டை பொக்கற்றில் அடைந்து பசிக்கும்போது சருகுகளைக் குமித்துச் சுட்டுச் சாப்பிட்டார்கள். சேர்ந்து இயங்குவது அபாயமானது. பிரிந்து திரிவோம் என்று முடிவெடுத்தபோது சில்வண்டுகள் ரீங்காரமிட்டுக்கொண்டிருந்தன.

தம்பி வந்துசேர்ந்தபோது குட்டிமணியும் தங்கதுரையும் ஒன்றாகவே இருந்தார்கள். ஒருசேர புன்னகை உதட்டில் வெடித்தது.

“அடேய் . . .” என்றார் தங்கதுரை. அவரின் கேசம் உப்புக்காற்றில் அலைந்தது. இடக்கையால் கோதி அமைதிப் படுத்தினார். தம்பி அவர் அருகில் வந்து “தேடுகிறார்கள் . . .” என்றான்.

“கேள்விப்பட்டோம், மிச்சாட்கள் எங்க?”

“கலைஞ்சிட்டம் . . . நான் மட்டும் இங்க வந்திட்டன்”

“அதுவும் நல்லதுதான், இப்போதைக்கு ராமேஸ்வரம் போய் கொஞ்ச நாள் இரு”

“நாளண்டைக்கு வள்ளம் ஒண்டு போகுது, போறியா?” இதுவரை அமைதியாகவிருந்த குட்டிமணி செம்பிலிருந்த தண்ணீரைக் குடித்துவிட்டு மீதித் தண்ணீரில் கொப்பளித்துக் கொண்டு கேட்டார். கொப்பளித்த தண்ணீர் மண்ணில் சட்டென்று ஊறிச் சென்றது.

தம்பி யோசிக்காமல் “சரி” என்றான்.

“சாப்பிட்டியா?”

“இல்லை”

“சரி வா சாப்பிடுவம்”

பாயில் மூவரும் அமர்ந்தார்கள். இறால் குழம்பு சட்டியில் இருந்தது. சுடச்சுடப் புட்டும் கனவாய்க்கறியும் வந்தது. கோப்பை யில் செறிவாகக் கொட்டி சாப்பிடத் தொடங்கினார்கள். தம்பி எதுவும் பேசவில்லை. நிச்சயமற்ற தனிமை அவர்களிடம் ஊறியிருந்தது.

“எப்படி பிழைச்சது?”

“பஸ்ஸை மறிச்சுட்டோம், எல்லோரையும் இறக்கி விட்டுவிட்டு நடுவீதியில் வைத்துத்தான் கொளுத்தினம் . . . விக்” சொல்லிக்கொண்டிருக்கும்போதே தம்பிக்கு விக்கியது. செம்பிலிருந்த தண்ணீரைத் தங்கதுரை எடுத்துக்கொடுத்தார். இரண்டு மடக்கு குடித்துவிட்டு “அதற்குள்ள பொலிஸ் வந்திட்டு, என்னோட நிண்டவர்கள் ஓட வெளிக்கிட்டாங்க, நானும் பாஞ்சுட்டேன்”

“அப்ப கொளுத்தேல்ல?”

“ஹும் . . .”

திருப்தியாகச் சாப்பிட்டு முடித்தபின் “அண்ணை இன்னும் எவ்வளவு காலம்தான் இந்தக் கடத்தல்? நாங்கள் முழு உக்கிரமாக எங்கட எதிர்ப்பைச் சிங்கள அரசுக்கு காட்டவேணுமல்லோ” என்றான் தம்பி.

“மேயர் என்னவாம்?” தங்கதுரை அதைப் பொருட்படுத்தாது கேட்க, விழிகள் மிளிர்ந்து கூர்மையடைய, தம்பி அவரைப் பார்த்து “சீக்கிரம் துரையப்பாவை அனுப்போணும்” என்றான்.

மிளிர்ந்த கண்கள் சரிய களைப்பையும் நித்திரைக்கான ஏக்கத்தையும் கவனித்த தங்கதுரை தம்பி படுப்பதற்குத் தேவையான ஆயத்தங்களைச் செய்யலானார். ஓலைப்பாயை இழுத்துத் தரையில் விரித்துத் தலையணை ஒன்றையும் எடுத்துப்போட்டார்.

“நுளம்பு வரும்; இந்தா போர்வை” என்று கம்பளிப்போர்வை ஒன்றைத் தூக்கி தம்பியின் கைகளில் எறிந்தார். நல்ல தடித்த போர்வை. இரண்டு பக்கக் கரையும் மடிக்கப்பட்டு அழுத்த மாகத் தைக்கப்பட்டிருந்தது.

மூன்றாம்நாள் வல்வெட்டித் துறையிலிருந்து புறப்பட்ட படகில் தம்பியும் குட்டிமணியும் கடத்தல் பொருட்களுடன் இருந்தார்கள். அலைகளை உந்தித் தள்ளிக் கொண்டு படகு வேகவேகமாக ராமேஸ்வரத்தை நோக்கி முன்னேறிப் பாய்ந்தது.

5

செட்டி ராகவனையும் கணேஷ் ஐயரையும் சந்தித்தது இருள் கவியும் ஒரு மாலை வேளையில். மூடிய வீடு என்றாலும் ஹரிக்கன் மண்ணெண்ணெய் லாம்புகள் ஒளிர்ந்து மாறும் முகபாவனையனைத்தையும் ஆளாளுக்குத் தெளிவாகக் காட்டியவாறிருந்தன. செட்டியுடன் தப்பித்து வந்த ரத்னகுமாரும் உடனிருந்தார்.

"எங்களைப்பற்றி ஆர் சொன்னது?"

"அது பெரிய கதை; உங்களைப்பற்றித்தானே ஊரே கதைக்குது"

"என்ன கதைக்குது?" ராகவன் மோவாயைத் தடவிக்கொண்டு கேட்டார்.

செட்டி ஒருகணம் மௌனமாகிவிட்டு "சரி சொல்கிறேன், ஜீவராஜாவுக்கு அடைக்கலம் கொடுத்தது நீங்களும் குலமும் தானே?"

அந்தப் பதில் கணேஷ் ஐயரையும் ராகவனையும் மௌனப்படுத்தியது. இது எப்படி வெளியே கசிந்தது என்ற சிந்தனை துளிர்விட ஆழமாக ஓர் இடத்தில் பயமும் அலை பாய்ந்தது. வட்டுக்கோட்டையில் எம்.பீ.யாகவிருந்த தியாகராஜா கடுமையான அரச ஆதரவாளராக இருந்தார். அவரைக் கொலைசெய்ய முயன்று தோல்வியடைந்து தேடப்படும் நபராக ஜீவராஜா இருந்தார். புன்னாலைக் கட்டுவனில் வைத்துத் தலைமறைவாக வாழ கணேஷ் ஐயரும் குலமும் கொஞ்சக் காலம் ஜீவராஜாவுக்கு உதவி புரிந்திருந்தார்கள்.

"உங்கட போராட்டம், மாணவர் பேரவையில் உங்கள் பங்களிப்பு எல்லாம் நல்லாய் தெரியும். தமிழரசுக் கட்சி உங்களை நல்லாய் பயன்படுத்துது. நீங்க காட்டுற வேகம் அவர்களிடம் இல்லை ..." செட்டி சொல்லிமுடிக்க ராகவனும் கணேஷ் ஐயரும் சந்தேகம் எழுந்து அலைந்து வடியும் கண்களை அசைத்தவாறு என்ன பதில் சொல்வதென்று யோசித்தனர். ஏற்கனவே அந்த விசனம் அவர்களிடம் பரவியிருந்தது.

"நாங்க தனியாக நின்று வேலை செய்யோணும், தமிழரசுக்கட்சியை நம்பிப் பிரயோசனம் இல்லை. ஆயுதப் போராட்டத்தைத் தொடங்க வேணும்" செட்டி படபடவென்று சொன்னார். ரத்தினகுமாரன் மௌனமாகவே அவருடன் இருந்தார். நாழிகைகள் வீழ்ந்து கரைந்தவாறிருந்தன.

"சரி சாப்பிடுவோம்" ராகவன் அதற்குத் தயாராகினார்.

வெள்ளைப்புட்டும் முருங்கைக்காய் குழம்பும் வந்தது. பிசைந்து சாப்பிடும்போதும் கதைத்தார்கள். "ஆயுதங்கள் எடுக்கலாம், பயிற்சி எடுக்க இடமும் பார்க்கலாம். அதற்கு எல்லாத்துக்கும் காசு வேணும்" செட்டி தொடர்ந்தார்.

"அதுக்கு என்ன செய்யலாம் எண்டுறியல்?"

"கொள்ளையடிக்கோணும்"

"கொள்ளையா எங்க?" திடுக்கிட்ட குரலாக ஒலித்தது.

"தெல்லிப்பழை கூட்டுறவுச் சங்கம்" இதுவரை மௌனமாகவிருந்த ரத்தினகுமார் இப்போது வாய் திறந்தார்.

"இப்ப நாங்க உங்களுக்கு என்ன செய்ய வேணும்?"

"கொஞ்சநாள் தங்க இடம் வேணும்"

கணேஷ் ஐயரும் ராகவனும் சிறிய யோசனைக்குப்பின் சம்மதித்தனர்.

"தம்பிய உங்களுக்குத் தெரியுமா?" செட்டி சாரத்தை இறக்கி இழுத்துக் கட்டிக்கொண்டு அவர்களிடம் கேட்டார்.

"தம்பியா? யார்ட தம்பிய?"

"பஸ் எரிக்கப்போய் பிரச்சினை பட்டாங்களே வல்வெட்டித்துறைப் பொடியல், அந்த செட்டை தெரியுமா?"

உதட்டைப் பிதுக்கி இல்லை என்றார்கள்.

"துணிச்சல்காரப் பொடியல், அவங்களோடையும் கதைக்கோணும்."

"சரி நாளைக்குக் காலை கதைப்பம். எனக்கு விடிய அஞ்சுமணிக்குக் கோயிலல பூசை இருக்கு, நான் போகோணும் இப்ப படுப்பம்" என்று கணேஷ் ஐய்யர் படுக்கத் தயாராக, எல்லோரும் உறங்கச்சென்றார்கள். இருள் முற்றாகக் கவிந்து மூடியிருந்தது.

6

தங்கதுரை இளனியை சீவிக்கொண்டிருந்தபோது தம்பி பக்கத்திலே தீவிர யோசனையுடன் இருந்தான். மீன்வலைகளை வெயிலில் காயப்போட்டிருந்தார்கள். கொக்குகள் தங்கள் வெளிர்நிற இறக்கைகள் திறந்து மூடியவாறு வலைமேல் நடந்து இரை கிடைக்குமா என்ற ஏக்கத்துடன் நீண்ட அலகுகளால் தேடியாவாறிருந்தன. வெய்யில் இன்னுமின்னும் செறிவடைந்துகொண்டே சென்றது. நடைச்சத்தம் கேட்டு

இருவரும் திரும்பிப் பார்த்தார்கள். செட்டியும் இருவர் அவர்களை நோக்கி நடந்து வந்துகொண்டிருந்தார்கள்.

வெட்டிய இளனியை தம்பிக்குக் கொடுத்துக்கொண்டு செட்டியை தங்கதுரை பார்த்தார். செட்டியிடமிருந்து சிநேகப் புன்னகை ஒன்று ஒளிர்ந்தது.

“என்ன செட்டி இந்தப்பக்கம்?”

“எல்லாருக்கும் அடைக்கலம் இப்ப இந்தியாதானே... ஹஹா. உங்களைத் தேடித்தான் இதுக்கால வந்தோம், தெல்லிப்பழை கூட்டுறவுச் சங்கத்தில கொள்ளையடிச்சுட்டோம்.”

“உண்மையாகவா?” தங்கதுரையின் குரலில் ஆச்சரியம் இருந்ததைத் தம்பி கவனித்தான்.

“97 ஆயிரம் ரூபாய் தேறிச்சு ஆயுதம் வாங்கப் போறம் எனிமேல் சண்டைதான்.” உற்சாகமான வார்த்தையில் செட்டி சொல்ல, தம்பியின் கண்கள் செட்டியின் கண்களைச் சந்தித்துக் கலந்தன. அந்தளவு காசு அப்ப தமிழரசுக் கட்சிக்குக்கூட இருந்திருக்குமோ தெரியாது. பெரும் பணம் செட்டியின் வித்தையில் சிக்கியிருந்தது.

“நீதான் தம்பியா?” செட்டி அவனைப் பார்த்துக் கேட்டார். தம்பி தலையை அசைத்தான்.

“என்னப்பா என்னை வெருண்டு பார்க்கிறீர், உம்மைப் பற்றிக் கேள்விப்பட்டு இருக்கிறேன். நல்ல தைரியமான பொடியனாமே நீர், கொப்பற்ற பேரென்ன?”

“வேலுப்பிள்ளை”

அவர்களுக்கு இடையிலான சந்திப்பு இப்படித்தான் ஆரம்பமாகியது. தங்கதுரைக்கு அது பிடிப்பில்லாமல் இருந்தது. அடிக்கடி தம்பியும் செட்டியும் சந்திப்பதை ஆட்சேபிக்கத் தொடங்கினார்.

“செட்டி கிரிமினல். கொள்ளைக்காரன். ஏகப்பட்ட வழக்குகள் அவனில இருக்கு. சின்ன வயசிலே சீர்சிருத்தப் பள்ளிக்குப் போய்வந்தவன். அவனுக்குத் தேசவிடுதலை எல்லாம் ஒரு பொருட்டே இல்லை. தன்னைக் காக்க இதை இப்ப போர்வையாக அணித்து கொள்றான். அவனோட சேராத . . .”

நீங்களும் கடத்தல்தானே செய்றியல் என்ற கேள்வி தம்பியின் தொண்டைவரை வர அவசரமாக விழுங்கினான். “அண்ணை, நீங்கள் கடத்தல் செய்தாலும் உங்களிட்ட இருக்கிற

தேசவிடுதலை உணர்வுபற்றி எனக்கு நல்லாய் தெரியும். ஆனா உங்களை வெறும் கடத்தல்காரனாகத்தான் எல்லாரும் பாக்கினம். செட்டியில குறைபாடுகள் இருக்கலாம். ஆனா கெட்டிக்காரர். அவருடைய திறமையை இங்கால திருப்பிவிட்டா சரி.”

“மயிர திருப்புவாய், அவன் ஒட்டுண்ணி, அவனால் அழிவுதான் எஞ்சும்” கடுமையாகவே தங்கதுரை அவனின் விழிகளை ஊடுருவிச் சொன்னார்.

ஆனால், தம்பிக்கு செட்டியின் பேச்சுமீது அதீத ஈர்ப்பு கிளைவிட்டுப் படர்ந்தது. தொடர்ந்து கடத்தலை செய்துகொண்டு அவ்வப்போது எதிர்ப்புகளை அரசாங்கத்துக்கு காட்டுவதில் தம்பிக்கு விருப்பம் இல்லை. தங்கதுரையின் பேச்சைமீறி செட்டியிடம் விரும்பிப் பழக விரும்பினான். அவர்கள் கோடாம்பாக்கத்தில் மூடிய அறையில் சந்தித்து அதிக நேரம் பேசினார்கள்.

7

செட்டியும் தம்பியுமாக மீண்டும் வள்ளத்தில் வந்து வல்வெட்டித்துறையில் இறங்கினார்கள் நல்ல மத்தியானப் பொழுதில். தண்ணீர் விடாய்த்துக்கொண்டே இருந்தது. கைவசம் தண்ணீர் போத்தல் இருக்கவில்லை. குடிசைக்கு வந்தவுடன் தம்பி தண்ணீரை வாளியால் அள்ளி அள்ளிக் குடித்தான். அதைப் பார்த்துக்கொண்டு செட்டி சொன்னார் “உன் தாகம் பெரிய தாகமாக மாறவேண்டும்”

தம்பி நிமிர்ந்து அவரைப் பார்த்தான். இருவருக்கும் அதன் அர்த்தம் புரிந்தது. கண்களால் சைகை செய்தார்கள்.

“நமது அடுத்த திட்டம் துரையப்பாவைத் தட்டுறதுதான்” செட்டி சொல்லிக்கொண்டிருந்தார்.

“திட்டம் வகுக்கவேணும்.”

“அல்பிரட் துரையப்பாவைத் தட்டினால் பெரிய மாற்றம் உண்டாகும். சிங்கள அரசுக்கு ஒத்தூதுவது அவன்தான். துரோகிகளைச் சாய்க்கோணும்” செட்டியின் பேச்சு சீரான அம்பாகப் பாய்ந்துகொண்டேயிருந்தது. “நான் பிஸ்டல் எடுத்துத் தருகிறேன், உனக்கு நம்பிக்கையான பொடியலை வைத்துக்கொள்.”

அந்தக் காலத்தில் துருப்பிடித்த துப்பாகிகள்தான் கிடைப்பது சுலபம்தான். சுட்டால் எந்தப் பக்கம் சுடும் எனத் தெரியாது. குறி பார்த்துச் சுடுவது விசர் வேலை. குத்து

மதிப்பில் சுட வேண்டியதுதான். மேயர் தரவளி முக்கிய புள்ளிகளைப் போடுவதானால் துப்பாக்கியின் குறியை அதிர்ஷ்ட தேவதையிடம் விட முடியாது எனச் செட்டிக்கு தெரியும்.

தங்கதுரையும் குட்டிமணியும் தம்பியை அடிக்கடி தொடர்புகொள்ள முயன்றாலும், அவனைப் பிடிப்பது கடினமாகவே இருந்தது. கிருபாகரன், கலாபதி, பற்குணராஜா என்ற மூன்று பேரோட தம்பி சுற்றித் திரிவதாகக் கேள்விப்பட்டார்கள். செட்டியுடன் தம்பி இருப்பது அவர்களுக்குக் கவலையே தந்துகொண்டிருந்தது.

8

பொன்னாலை வரதராஜபெருமாள் கோயிலுக்கு மொரிஸ்மைனர் காரில் அல்பிரட் துரையப்பா வந்துசேர்ந்தார். மிக அமைதியாக இருந்தது சூழல். கைகளை மடக்கிவிரித்துச் சோம்பலை விரட்டினார். கோயில் வாசலில் இருந்து மணிச்சத்தம் கேட்க ஆரம்பித்திருந்தது. சிலிப்பரை காருக்குள் கழட்டிவிட்டுவிட்டு இறங்கினார். நிலம் குளிர்ந்தது.

"வணக்கம் ஐயா" என்ற குரல் அவரை நோக்கி மெதுமெதுப்பான பாம்பென சலனம் இல்லாமல் வந்தது. மூன்று யுவன்கள் நின்றிருந்தனர். புன்னகை படர வணக்கம் என்று சொல்லிய ஒரு கணப்பொழுதில் அவரை நோக்கி முதலாவது துப்பாக்கி குண்டு வந்தது. அடுத்த கணத்தில் அடுத்த குண்டு வந்தது. சுதாரிக்க முதல் வீரிட்டு அலறிக்கொண்டு நிலத்தில் சாய்ந்துவீழ்ந்தார் துரையப்பா. குருதி கொப்பளித்துக் கொண்டு பாயத்தொடங்கியது.

மொரிஸ்மைனர் டிரைவர் பதறி அடித்துக் கதவைத் திறக்க அவரை இழுத்துத் தள்ளியது ஒரு உருவம். சில கணத்தில் சுட்டவர்களைத் தாங்கியபடி மொரிஸ்மைனர் வேகமாக எதிர்த்திசையில் சீறிப் பறந்துகொண்டிருந்தது.

அல்பிரட் துரையப்பா சுட்டுக்கொல்லப்பட்டார் என்கிற செய்தி நாடு முழுவதும் பரவியபோது தம்பி, கிருபாகரன், கலாபதி, பற்குணராஜா நால்வரும் செட்டியுடன் இருந்தனர்.

"வலு திறமான வேலை" செட்டி உற்சாகத்தில் மிதந்து தத்தளித்துக்கொண்டிருந்தார். நேரம் நடுயிரவு பன்னிரண்டைத் தாண்டி அதிகாலை ஒன்றை எட்டிப்பிடிக்க விரைந்து கொண்டிருந்தது. தம்பி பாயில் படுத்து அப்படியே நித்திரை யாகிப் போனான். செட்டி அருகிலிருந்த போர்வையை எடுத்துத்

தம்பிமீது போர்த்துவிட்டார். அவன் கை போர்வையை அனிச்சையாக அழுத்திப் பற்றிக்கொண்டது.

மெல்லிய ஒளிக் கீறல். கொஞ்சம் செல்லச்செல்ல அந்த ஒளி பிரகாசமாகி ஒரு பெண் எனத் தோன்றியது. அவள் வானிலிருந்து இறங்கி வந்துகொண்டிருந்தாள். அவள் முகம் அழுதுவடிந்து உக்கிரமாக இருந்தது. திடுக்கிட்டு அவளை நிமிர்ந்து பார்த்தான் தம்பி. அவளின் கை நீண்டு அவனின் முன்பே வந்தது. "என் போர்வையைத் திருப்பித் தா" என்றாள் கோவம் தெறிக்க. தன்னில் சுற்றியிருந்த போர்வையை அவசரமாக அவிழ்த்துப்பிடுங்கி அவளிடம் நீட்டினான். போர்வை ஈரத்தால் பிசுபிசுத்தது. தொட்டுப்பார்க்கச் சிவந்த நிறத்தில் கையில் ஏதோ ஒட்ட, கையை உதறி சுதாகரித்துப் பார்க்க இரத்தம் என்று புரிந்தது. தேகம் புல்லரித்து; கையை உதறி திடுக்கிட்டுப் பார்த்தான். தேவதையின் முகம் விகாரமாகிச் சென்றது.

"நீயே வைத்துக்கொள் . . . நீயே வைத்துக்கொள்" என்று அலறிக்கொண்டே அவள் ராச்சத அன்னமாகச் சுழன்று தத்தளித்துப் பறந்தாள். தம்பி அவளையே வெறித்துப் பார்த்தவாறிருந்துவிட்டுப் பெருமூச்சுவிட்டு நிலத்தில் கையைக் குத்தினான். கையிலிருந்த இரத்தம் மண் முழுவதும் அப்பியது.

அம்ருதா, 2018

யானை

> "வழியிலே கொட்டிய குப்பைக் குவியலிலிருந்து மனதிற்கினிய மணத்துடன் தாமரை மலர்கிறது."
>
> தம்ம பதம்

1

யானையை அவன் பார்த்ததேயில்லை. முடிந்தவரை தன் கற்பனையைத் தீட்டி மனதினுள்ளே உருவகம் கொடுத்துப் பார்த்தான் சுயந்தன். கருமையான உடலின் வண்ணம் அவனுள்ளே மாறிமாறி வண்ணக் கலவையான யானைகளை உருவாக்கின. தடித்த வயிறும் நீண்ட தும்பிக்கையும், உரித்த பலாப்பழத்தின் சுளைகள் அசைவது போன்ற நீண்ட காதுகளும் விரிந்து உருண்டு குண்டு யானைகளை அவனின் கற்பனைக்கு ஏற்றால் போல் உருவாக்கினான்.

பாடசாலை பயிற்சிப் புத்தகத்திலும் உப்புக்குளம் பிள்ளையார் கோவில் சுவரில் வரைந்திருந்த ஓவியத்திலும், கோயில் கோபுர அடியிலுள்ள சிற்பத்திலும் யானைகளைப் பார்த்திருக்கிறான். தும்பிக்கைகளை வளைத்துச் சுருட்டி பூக்களை ஏந்தியவாறு இரண்டு பக்கமும் ஒன்றையொன்று பார்த்தவாறு இரண்டு யானைகள். அதன் பருமனும் தடித்த கால்களும் பரவசத்தை உண்டாக்கின. அந்த மிருகத்தை நேரில் உடனே பார்க்க வேண்டும் என்கிற உவகை அவனுள் உக்கிரமாக எழுந்தது.

ஆனால், அவன் நினைத்தவுடன் யானையைப் பார்க்கக்கூடிய நிலைமையில்

யாழ்ப்பாணப் பட்டினச் சூழல் இருக்கவில்லை. யாழ் குடாநாடு கொடிகாம எல்லையுடன் சுருக்கப்பட்டு இராணுவத்தின் கட்டுப்பாட்டுடன் அரச நிர்வாகத்தில் இருந்தது. எல்லைகளில் போர் உக்கிரமாக இருந்தது. நாவக்குளி பாலத்திலிருந்து நோக்க எறிகணைகள் துள்ளிப் பாய்வதையும் கிபீர் விமானங்கள் இரைந்து செல்வதையும் சனங்கள் தெளிவாகவே கண்டார்கள். எறிகணைகள் வீழ்ந்து நொறுங்குவது அருகில் கேட்டால் "பூநகரிக்கு ஆமி அடிக்குது" என்று அப்பா சொல்வார். அவனும் தமையனும் மெலிதாக அதிரும் கூரையின் நடுக்கத்தை நிமிர்ந்து பார்த்துவிட்டுப் பின்னர் மண்ணெண்ணெய் விளக்கொளியில் விட்ட இடத்திலிருந்து படிப்பார்கள். பின்னர் அதுவே பழகியும் போனது. கொஞ்ச நாய்களும் பூனைகளும் மாடுகளும் ஆடுகளும் என்று குடாநாட்டில் மிருகங்களின் எண்ணிக்கையும் வகைகளும் குறைவாகவே எஞ்சியிருந்தன. பெரும்பாலான நாய்கள் இராணுவத்தைக் கண்டால் குரைக்க வேண்டும்; சப்பாத்துச் சத்தம் பலமாகக் கேட்டால் கேற்றுக்குப் பின்னால் வந்து நின்றவாறு குரைக்க வேண்டும். பலமாகத் தள்ளிக்கொண்டு உள்ளே அவர்கள் வந்தால் பின்புற வீட்டு வளவுக்குள் இருக்கும் பூவரசு கத்தியால்களுக்குள் நுழைந்து குரைக்க வேண்டும் என்ற ஒழுங்குமுறையைப் பலமாய் கடைப்பிடித்தன. மற்றபடி வேறு மிருகங்களுக்கு அங்கே இடமே இருக்கவில்லை. யுத்தத்துக்குள் பிறந்து அதுக்குள்ளே வளர்ந்த சுயந்தனுக்கு இதெல்லாம் சகஜமாகவே இருந்தது. இருந்தும் யானை என்கிற பெரிய மிருகத்தின் மீதான கவர்ச்சி மட்டும் அவனை உக்கிரமாகப் பிசைந்தது.

தினமும் காலையில் அம்மா நல்லெண்ணெய் வைத்துத் தலையைத் தேய்த்து சீப்பால் கன்னவுச்சி பிரித்து பவுடர் நன்றாக காதுமடல்கள் எல்லாம் அழுத்தித் தேய்த்துப் பூசி அப்பாவுடன் பாடசாலைக்கு அனுப்பி வைப்பார். அப்பாவின் சைக்கிள் பாரில் அமர்த்திருந்தவாறு யானைகளைப் பற்றிக் கற்பனை செய்துகொண்டு அப்பாவுடன் கதைத்தபடி செல்வது அவனது வழமையாக இருந்தது. இந்த மார்கழியோடு இரண்டாமாண்டு வகுப்புக்குச் செல்லப்போகிறான்.

"உண்மையாவே யானை அவ்வளவு பெரிசாக இருக்குமாப்பா?

"ஓமடா"

"அப்பா எப்பத்தான் எனக்கு யானையைக் காட்டுவீங்கள்?"

"இங்க எங்க யானை இருக்கு? யானையைப் பார்க்கணும் எண்டா தலதா மாளிகைக்குத்தான் போகவேணும்."

“ஏன் மிருகக்காட்சி சாலைக்கு போய்ப் பார்க்க ஏலாதா?

“கூண்டுக்குள்ள இருக்கிற மிருகங்கள பார்க்குறது, சிறைச்சாலையில இருக்கிற கைதிகளைப் பார்ப்பதுபோல இருக்கும். அது வேண்டாம்.”

“தலதா மாளிகை, அதுவெங்க இருக்கு?”

“கண்டில இருக்கு. நாட்டு நிலமை சரியாகட்டும், உன்னைக் கூட்டிட்டுப் போய் யானை காட்டுகிறேன்.”

அப்பாவின் வாக்கு அவனை எழுச்சியுறச் செய்தது. எப்போது நாட்டு நிலைமை சரியாகும், சண்டை எப்ப முடியும் என்று தனக்குள் யோசிக்க ஆரம்பித்தான். நித்திரையில் பிரமாண்டமான கருப்பு யானைகள் கூட்டமாக நிலம் அதிர அவனுக்குள் ஓடிக்கொண்டிருந்தன. நடுவில் ஓடிவரும் வளைந்த பெரிய வெள்ளைத் தந்தம் கொண்ட யானைமீது அவனும் அப்பாவும் அமர்ந்திருந்தார்கள். அந்த யானையின் கண்கள் சிவந்திருந்தன. சுயந்தனின் சமிச்சைகளுக்கு ஏற்ப யானை வேகவேகமாகச் சென்றது. நிலம் இன்னும் அதிர இன்னுமொரு யானை அவர்களை முந்திச்செல்லத் தலைப்பட்டது. அதன்மேல் சுயந்தனின் தமையனும் அம்மாவும் அமர்ந்திருந்தார்கள்.

“நாங்க முந்தப் போகிறோம் . . . முந்தப் போகிறோம்” தமையனின் குரல் காற்றைக் கிழித்துக்கொண்டு குதூகலத்துடன் வந்தது. அம்மாவின் முகத்தில் பூரிப்பு மலர்ந்து செழித்தது. நிலம் இன்னும் இன்னும் அதிர சட்டென்று நித்திரை முழுவதுமாகக் களைய எழுந்து பார்த்தான். தூரத்தில் எறிகணைகள் வீழ்ந்து வெடிப்பதும், அதிர்வில் வீட்டுக் கூரைகள் நடுங்குவதையும் உணர்ந்தான். அருகில் அப்பா நல்ல துயிலில் இருந்தார். “பூநகரிக்கு அடிக்கிறாங்க” என்று சுயந்தன் தனக்குள் அப்பாவின் பாணியில் சொல்லிக்கொண்டு மீண்டும் துயிலில் கரைய ஆரம்பித்தான்.

பாடசாலை முடிந்தபின் சுயந்தன் தமையனுடன் பின்வளவில் கிட்டிப்புல் விளையாடிக்கொண்டிருந்தான். பொழுது சாய்ந்துகொண்டிருந்தது. தும்பிகள் இறக்கைகள் அதிர அவர்களைச் சுற்றிப் பறந்து கொண்டிருந்தன. தூரத்தில் நாய்களின் குரைப்புச் சத்தம். விட்டுவிட்டு நுளம்புகள் கால்களிலும் கைகளிலும் கடித்துக்கொண்டிருந்தன.

“முகம் கைகால் கழுவிக்கொண்டு இரண்டு பேருமா வாங்கோ. அப்பா வரட்டாம்” அம்மா அழைத்தார். அப்பா இப்படிக் கூப்பிட்டால் விசேஷமாக ஏதோவொன்று இருக்கும்.

சுயந்தனும் அவனின் தமையனும் கிணற்றடிக்கு ஓடிப்போய் துலாக்கிணற்றில் தண்ணியள்ளி கைகால்களை அடித்துக் கழுவினர். சுயந்தனின் தமையனுக்கு இவனைவிட ஏழுவயது அதிகம். பார்ப்பவர்கள் ஒன்பதமாண்டு படிக்கும் பொடியன் என்று சொல்லமாட்டார்கள். நல்ல வளர்த்தியும் உயரமுமாக அவன் இருந்தான்.

"உடன உடுப்ப மாத்திட்டு வெளிக்கிடுங்கோ; வெசாக் பார்க்கப் போவோம்" அப்பா நீண்ட கையுள்ள மேற்சட்டையை அணிந்துகொண்டு கையின் இரு புறங்களையும் முழங்கைவரை மடித்துவிட்டவாறு சொன்னார்.

சுயந்தனுக்கும் தமையனுக்கும் மகிழ்ச்சி கிளை விரித்துப் படர்ந்தது. ஒரு கூர்மையான தன்னுணர்வை அடைய தமையன், "இருட்டினப்புறம் எப்படி போறது? ஒன்பதுமணிக்கு ஊரடங்குச் சட்டம் போட்டுவிடுவாங்களே?" என்றான்.

"இன்றைக்குப் பதினோரு மணி வரைக்கும் ஊரடங்கு இல்லை. எல்லா இடமும் ஆமிதான் நிக்குது. டவுன் முழுக்க வடிவாய் சோடிச்சு இருக்கு. நிறைய கூடுகள் விதம்விதமாய் கட்டித் தொங்கவிட்டு இருக்கிறார்கள். ஆரியகுள நாக விகாரையைச் சுற்றி ஒரே வெளிச்சமாய்த்தான் கிடக்கு. கெதில வெளிகிடுங்கோ. அதுவுமில்லாம யானை ஒன்றும் வந்திருக்காம்! பார்த்திட்டு ஒரு ரவுண்டு அடிச்சுட்டு வருவோம்."

அப்பா சொல்லச்சொல்ல சுயந்தன் நுரைத்து வெடிக்கும் குமிழிபோல ஆனான். யானையின் பிரமாண்ட உருவம் கிளர்ந்து பிளறியது. உடல் துள்ளி விதிர்த்து அவனுள் அடங்கியது. துள்ளிக்குதித்து இருவரும் புறப்பட ஆயத்தமானார்கள்.

இரவுகளில் அவர்கள் வீட்டைவிட்டுப் புறப்பட்டதே இல்லை. இரவின் கருமைக்குள் நுழைந்து அலைவது அவர்களின் வாழ்க்கையில் இதுவரை நடந்ததில்லை. ஆறு மணிக்கு மேல் சன நடமாட்டம் வீதிகளில் இருக்காது. நகரமே கட்டுக்கோப்பில் மிக அமைதியில் இருக்கும். இராணுவத்தின் துப்பாக்கிகள் எந்நேரமும் மிகக் கூர்மையாக இருக்கும். இன்று இரவுக்குள் நுழையப் போகிறார்கள். அதன் கருமையைத் தீண்டிக் கலந்து எங்கையோ போகலாம்.

பிரதான சாலைக்குச் சென்று சேரும்வரைதான் இருட்டாக இருந்தது. சைக்கிளில் இருந்த டைனமோ விளக்கு வெளிச்சத்தை கக்கிக்கொண்டிருந்தது. சுயந்தன் அப்பாவின் சைக்கிள் பாரில் அமர்ந்திருந்தான். தமையனின் சிவப்பு லுமாலா சைக்கிளின் பின்கரியரில் அம்மா அமர்ந்திருந்தார். டைனமோ மின்குமிழ்

ஒளியைப் பின்தொடர்ந்து நகரத்தை அடைந்தார்கள். ஆரியகுளத்தைச் சுற்றி விதவிதமான வெளிச்சக் கூடுகள் சுடர்விட்டன. நாக விகாரையைச் சுற்றி இராணுவம் சீருடையில் நின்றது. அருகே கவச வாகனங்கள் ஊத்தைப் பச்சை நிறத்தில் நின்றன.

நிறையவே சனங்கள் வெளிச்சக்கூடுகள் பார்க்க வந்து கொண்டிருந்தார்கள். நீண்ட நாளைக்குப் பின் ஓர் இரவில் இப்படிக்கூடக் கிடைத்தது சந்தோஷமானதாகவே எல்லோருக்கும் இருந்தது. புத்தரின் பிறந்த தினம் இன்று என்பதைவிட, இருட்டுக்குள் சுதந்திரமாக ஒருமுறை வெளிக்கிடக் கிடைத்ததின் ஆசுவாசமே எல்லோர் முகத்திலும் பிரகாசித்தது.

சுயந்தனின் கண்கள் யானையைத் தேடித்தேடி வில்லாக வளைந்தன.

"அப்பா எங்கப்பா யானை?"

"விகாரைகுள்ள நிக்கும்"

அவனின் தமையனும் அம்மாவும் வெளிச்சக்கூடுகள் பார்ப்பதிலே ஆர்வமாக இருந்தார்கள். விகாரைக்குள் செல்வதில் கிஞ்சித்தும் நாட்டம் இருக்கவில்லை. வீதிகள் சனங்களால் நிறைந்திருந்தன. பலர் சைக்கிள்களைத் தள்ளிக்கொண்டு குடும்பம்குடும்பமாக நகர்ந்தவாறிருந்தார்கள்.

"அப்பா விகாரைக்குள்ள போவோம் . . . விகாரைக்குள்ள போவோம்" சுயந்தன் அப்பாவின் விரல்களைப் பிடித்தவாறு துள்ளித்துள்ளிக் கேட்க ஆரம்பித்தான்.

அவர்கள் விகாரைக்குள் நுழைந்தார்கள். இனிய நறுமணம். சீருடையில் காலணிகளற்ற கால்களுடன் இராணுவத்தினர் உடலைத் தளர்த்தி நின்றிருந்தார்கள். தாமரை இதழ்கள் வளாகம் எங்கும் சிதறியிருந்தது. சிந்திய இதழ்களையும் சருகுகளையும் இராணுவச் சிப்பாய் ஒருவர் ஒலி எழுப்பாமல் ஈர்க்குக் கட்டையால் கூட்டிச் சுத்தம் செய்தவாறிருந்தார். அரச மரத்தின் கீழ் புத்தர் பாதி இமைகள் தாழ தியானத்தில் இருந்தார். எண்ணெய் விளக்குகள் துடிப்புடன் எரிந்துகொண்டிருந்தன.

சுயந்தனின் கவனம் அவற்றில் கூர்மை கொள்ளவில்லை. யானை எங்கே? விழிகள் தவித்தன. அப்பாவின் கைவிரல்களை இழுத்தபடி நகர முற்பட்டான். அம்மாவும் தமையனும் அவர்கள் பின்னே தயக்கத்துடன் அடியெடுத்து வந்தனர். அங்கு யானை நிற்பதற்கான எந்த அறிகுறியும் தென்படவில்லை.

முழுமையாகச் சுற்றி வந்தாகிவிட்டது. அப்பா ஓர் இராணுவச் சிப்பாயிடம் சென்று ஏதோ கேட்டுவந்தார்.

"அடேய் யானை வெள்ளன வந்துட்டுப் போயிட்டாம்."

அப்பா அதனைச் சொல்லிமுடிக்க, அணைந்து செல்லும் தீப்பந்தமாக அவன் முகம் பிரகாசம் குன்றி இருளில் வீழ்ந்தது. கண்களிலிருந்து நீர்த்துளிகள் உருண்டு வீழ்ந்து சிதறிப் பெரும் அழுகையாக மாறியது. சுயந்தன் தேம்பித்தேம்பி அழ ஆரம்பித்தான். சுற்றியுள்ள இராணுவத்தினர் அவர்களைத் திரும்பிப்பார்த்தனர்.

"தம்பி ஏன் அழுறது?"

குரல் வந்த திக்கைத் திரும்பிப் பார்த்தான். காவியுடையுடன் ரோமம் அற்ற தலையுடன் வயதான பௌத்த பிக்கு ஒருவர் நின்றிருந்தார்.

யானை பார்க்கவந்த விடயத்தைச் சொன்னான். அவர் அவனின் சுட்டுவிரலைப் பிடித்துக் கூட்டிச்சென்றார். அம்மாவும் அப்பாவும் ஒருவரையொருவர் தயக்கம் படர விழிகளால் நோக்கிவிட்டு அடியெடுத்து அவரைத் தொடர்ந்தார்கள். அழைத்துச்சென்ற இடத்தில், சுவர் முழுவதும் புத்தரின் பிறப்பிலிருந்து முக்தியடைந்தது வரையான நிகழ்வுகள் விரிவான ஓவியங்களாக வரையப்பட்டிருந்தன. வெண்மையும் மஞ்சளும் கலந்த வண்ணத்தில் ஓவியங்கள் பிரகாசித்தன. அவற்றில் சிரத்தை கொள்ளாமல், அருகில் வரையப்பட்டிருந்த யானையின் ஓவியங்களைக் காட்டினார். தீப்பந்தங்கள், பாகர்கள் சூழ அரசனொருவன் யானையின்மீது பவனி வரும் பிரமாண்டமான ஓவியம் அது.

"இது ஆம்பிளை யானையா?" என்றான் சுயந்தன் அவரிடம். அவர் திரும்பிப் பார்த்துவிட்டு, "ஒரு யானை குட்டிபோட இருபத்தியிரண்டு மாதங்கள் ஆகும். அதனால நிறைய பொம்பிளை யானைகளையும் ஒரு ஆம்பிளை யானையை மட்டும்தான் விகாரைகளில் வளர்ப்பது வழமை."

"ஏன் அப்படி?"

"ஒரு ஆம்பிளை யானை போதும் மிச்சத்தைக் குட்டிபோடச் செய்ய."

சுயந்தனுக்கு ஏதோ புரிந்ததுபோல இருந்தது. வெறுமே தலையை ஆட்டிவைத்தான். அவர் மேலும் "ஒரு ஆம்பிளை யானை இருந்தால் போதும், அந்த இனத்தையே வளர்க்கலாம்."

"ஆம்பிளை யானை கிடைக்காட்டி"

அவர் ஒன்றும் சொல்லாமல் அவனைத் திரும்பிப் பார்த்தார்.

அந்த பௌத்த பிக்கு புத்தரின் முன்னே பாலி மொழியில் ஓதி வெண்ணிற பிரித்நூலை அவன் கைகளில் கட்டிவிட்டார். அப்போதுதான் சுயந்தன் அதைக் கவனித்தான்; அவரது வலது கையின் ஆக்காட்டி விரல் துண்டிக்கப்பட்டிருந்தது. அதை அவன் கவனிப்பதை உணர்ந்து "நான் பதினாலு வருடம் இராணுவத்திலிருந்தேன்" என்றார்.

2

அதற்கு அடுத்த வருடம் கொழும்புக்குச் செல்லும் வாய்ப்பு அவர்களுக்குக் கிட்டியது. கொழும்பில் வசித்துவரும் சுயந்தனின் அம்மாவின் மூத்த சகோதரி மகளுக்குத் திருமணம். சுயந்தனின் தமையன் மாப்பிள்ளைத் தோழனாகச் செல்ல வேண்டியிருந்தது. பலாலி விமான ஓடுதளத்திலிருந்து சிறியரக விமானங்கள் கொழும்புக்கு ஓடிக்கொண்டிருந்தன. சரக்குப் பொதிகளை ஏற்றிச் செல்லும் விமானத்தினுள் இருபக்கம் தட்டுக்கள் இணைக்கப்பட்டு இருக்கையாக வடிவமைக்கப்பட்டு இருக்கும். 'தட்டி வேன்' என்று அந்த விமானத்தை யாழ்மக்கள் அடைமொழியுடன் சொல்வார்கள். ஆனால், அந்த விமானத்தில் பறப்பது அத்தனை இலகுவானதல்ல. யாழ்ப்பாணத்தை விட்டு வெளியேற வேண்டும் என்றால் கிராம அதிகாரியிடம் கடிதம்பெற்று, யாழ் கட்டளைத் தளத்துக்கு அனுப்பிவைக்க வேண்டும்; அவர்கள் ஒருநாள் அருகிலுள்ள இராணுவ மக்கள் தொடர்பாடல் அலுவகத்திற்குக் கூப்பிட்டு நேர்காணல் செய்வார்கள்; புகைப்படம் எடுத்து அனுமதி கொடுக்க விரும்பினால் கொடுப்பார்கள். முக்கியமாக யாழ்ப்பாணத்தை விட்டுச்செல்வதற்குத் தகுந்த காரணம் இருக்க வேண்டும். இவையெல்லாம் சீராக இருந்ததால் அவர்களுக்கு அனுமதி கிடைத்தது.

விமானம் ஓடுதளத்தில் ஏறிக் காற்றில் மிதக்கத் தொடங்கியது. கண்ணை மூடி அமர்ந்தான். யானைகள் ஓடிக்கொண்டே இருந்தன. திருமண வைபவம் முடிய நான்காம் நாள் அவர்கள் கொழும்பிலிருந்து கண்டிக்குப் புகையிரதத்தில் புறப்பட்டார்கள்.

"கண்டிக்குப்போகிறவழியிலதான் பின்னவளையானைகளின் சரணாலயம் இருக்கு" என்றான் தமையன்.

"நாங்க அந்த வழியால் செல்லவில்லை, வரும்போது நேரம் இருந்தால் போவோம்" என்றார் அப்பா.

சுயந்தன் முதன்முதலாகப் புகையிரதத்தில் செல்கிறான். அந்தப் பரவசத்தில் பின்நோக்கிச் செல்லும் தென்னை மரங்களை, யன்னல் கண்ணாடியால் வெளியே எட்டி வேடிக்கை பார்த்தவாறு 'தடக் தடக்' சத்தத்துடன் லயித்திருந்தான்.

அவர்கள் தங்க ஒழுங்கு செய்திருந்த விடுதியறையிலிருந்து நடைதூரத்திலே தலதா மாளிகை அமைந்திருந்தது. எனினும் வீதிக்குவீதி வீதித்தடைகளும் சோதனைச் சாவடிகளும் இருந்தன. காக்கி நிறத்தில் போலீசாரும், பச்சை உடையில் இராணுவச் சிப்பாய்களும் நிமிர்ந்து நின்றார்கள். அவர்களைப் பொருட்படுத்தாது பிக்குகள் காவியுடையில் கடந்துசென்றாவாறிருந்தார்கள்.

ஒவ்வொன்றையும் தாண்டி உள்ளே சென்றார்கள். வெள்ளுடையில் தாமரைப்பூவுடனும் தட்டுகளுடனும் பெருவாரியான சிங்கள மக்கள் சென்றவாறிருந்தார்கள். தாமரை வாசம் எங்கும் நிரம்பிக் கசிந்தவாறிருந்தது.

தேசிய அடையாள அட்டையின் இலக்கம் நான்கு என்றவுடன் சோதனைச் சாவடியிலுள்ள போலீசார் புருவம் உயர்த்தி அவர்களைப் பார்த்தனர். பின்னர் எங்கே தங்கியிருப்பது, எப்போது புறப்படுவது, இங்கே என்ன பார்க்க வந்தது என்று கேட்டுவிட்டு உள்ளே செல்ல அனுமதித்தார்கள்.

பாதணிகளைக் கழற்றிவைக்கும் இடத்தைத் தாண்டி உள்ளே அவர்களை அப்பா அழைத்துச்சென்றார். யானைகள் பின்பக்கம்தான் நிக்கும் என்று அங்கு நகரத் தொடங்கினார்கள்.

அங்கே இரண்டு யானைகள் நின்றன. சுயந்தன் கண்கள் விரிவுகொள்ள உளம் கிளர முன்னம் நின்ற யானையைப் பார்த்தான். மிகப்பெரிய யானை. இருளின் கருமையைச் சுரண்டி எடுத்து உருட்டிச்செய்த பிரமாண்ட உருவமாக யானை நின்றது. அருகிலிருந்த சாரம் கட்டிய பாகன் பெரிய சோற்றுப் பருக்கைகளை உண்ணக் கொடுத்துக்கொண்டிருந்தார். வால் சிறு அசைவுகொள்ள தும்பிக்கையை வளைத்துத்தூக்கி வாங்கி உண்டது. அவனுக்குள் மெல்ல ஒரு பயமும் உவகையும் ஒருசேர பிறக்க, முன்னம் ஒரு அடியெடுத்து வைத்துத் தயங்கி நின்றான்.

அப்போதுதான் பாரிய வெடிப்புச் சத்தத்தை நினைவுகள் ததும்பி வழியக் கேட்டான். ஏதோ எடையிழந்து செல்வது போல உணர்வுகள் கொப்பளித்தன. தரையில் வீழ்ந்துகிடக்கும் உணர்வை அதோடு அடைய, சனங்களின் அலறல் சத்தமும் மெல்ல மெல்ல கேட்டு அடங்கிக் கொண்டிருந்தன, அவன் தரையில் மயங்கிச் சரிந்தான். அவனுக்கு முன்னமிருந்த யானையின் இருண்ட உடல் அவன் கண்களில் கருமையுடன் எஞ்சியது.

3

சுயந்தன் கண்விழித்தபோது அப்பா அருகிலிருந்தார். ஆஸ்பத்திரி வாசம் அவன் தேகம் எங்கும் உள்நுழைந்து எரித்தது. அதிலிருந்து விடுபட்டு இறுதியில் என்ன நடந்தது என்று யோசிக்க முயன்றான். யானை தும்பிக்கையைத் தூக்க, பின்மண்டையில் ஏதோ அடித்ததுபோல இருந்தது. முதுகு முழுவதும் தீ பட்டதுபோல எரிந்ததை நினைவுகூர்ந்தான். மீண்டும் அந்த இடங்கள் எரிவதுபோலத் தோன்ற எழுவதற்கு முயன்றான். அப்பா அவனின் கைகளைத் தடவிப் படுக்கச் சொன்னார்.

“தலதா மாளிகையில் குண்டு வெடிச்சுட்டு. நல்ல வேளை உனக்குப் பெரிய காயம் இல்லை” அப்பா ஆசுவாசமாக அதைச் சொன்னாலும் கண்கள் இருண்டு அடைத்தே இருந்தன. அவர் கைகளிலும் பண்டேஜ் கட்டுகள் இருந்தன.

மருந்தின் வாசனையாலும் நினைவின் சரிவாலும் சுயந்தன் மயங்கிமயங்கிச் சரிந்துகொண்டிருந்தான். நிறைய யானைகள் அவன் கனவில் துளிர்த்தன. அவற்றை அவன் தள்ளிநின்று வேடிக்கை பார்த்தவாறு நின்றான். கொஞ்சம் நாழிகை செல்ல அவன் கைகால்கள் தடித்து நீண்டன. மூக்கு நீண்டு பெரிய தும்பிக்கையாக வளைந்து எழுந்தது. இருட்டிலிருந்து கருமை ஒரு சுழலாகப் படர்ந்து அவன் தேகம் எங்கும் மூடிக்கவிய கண்ணை மூடிக்கொண்டான். அவன் ஒரு யானையாக மாறிப்போனான். அப்போது ஒன்றைக் கவனித்தான்: அவனது தமையனும் தந்தையும் அவனைப் போலவே யானைகளாக மாறியிருந்தார்கள். எல்லோரும் கூட்டாக அரியகுளம் விகாரைக்குச் சென்றார்கள். அங்கே நிறைய வெளிச்சக் கூடுகள் ஒளிவிட்டுக்கொண்டிருந்தன. வேகமாகத் தெருக்களைக் கடந்துகொண்டிருந்தார்கள்.

அவர்களின் முன் காவியுடை காற்றில் எழுந்து தீ நாக்காக அசைய ஒரு பௌத்த துறவி கையில் ஈட்டியுடன் வீதியின் முன்னே தோன்றுகிறார். விண்ணிலிருந்து விடுபட்டுவந்த மின்னல் கீற்று என அவர் கண்கள் சீறின. கையை நீட்ட, தடுமாறும் தன் வேகத்தைத் திடுக்கிடலுடன் உணர்ந்தான். அப்போது அவர் கையிலிருந்தது ஈட்டி அல்ல, யானைகளை வழிநடத்துவதற்காகப் பாகன் வைத்திருக்கும் குத்தூசி அது. அவர் கைகளின் விரல்கள் சிதைந்திருப்பதைக் கண்டான். அவற்றை எல்லாம் தாண்டிச்செல்ல அவனுக்கு அம்மாவின் நினைவு வந்தது. எங்கே அம்மா? கனவு இடற அவன் விழித்துக்கொண்டான். மூச்சு வாங்கியது.

உடல் விதிர்த்து தேகம் வலித்தது. "அம்மா அம்மா" என்று அரற்றலானான். தாதியொருவர் அவனை நோக்கி ஓடிவந்தார். சிங்களத்தில் அவனுக்குப் புரியாத ஏதோ சொன்னார். அவன் தேகம் வேகவேகமாக உதறியது. பிற்பாடு எல்லாம் வேகவேகமாக நடந்தன. மருத்துவர் அவனுக்கு மயக்கவூசி போட்டார்.

விழிப்புத் தட்டியபோது இரவாகியிருந்தது. கண்களைத் திறந்தான். அருகே அப்பாவும் அம்மாவும் கலங்கிய விழிகளுடன் உடல் சோர்ந்து அமர்ந்திருந்தார்கள். அம்மாவைக் கண்டவுடன் உடல் இளகி நிம்மதி அவன் நரம்புகளுக்குள் ஊடுருவியது.

அடுத்த நாள் மாலை அவனை அவசரப் பிரிவிலிருந்து சாதாரணப் பிரிவுக்கு மாத்தினார்கள். அவனைப் போலவே காயம்பட்ட பலர் அங்கிருந்தார்கள். பலருக்கு முகத்தைச் சுற்றி மருந்துக் கட்டுகள் போடப்பட்டிருந்தன. போலீசார் அங்கிருப்பவர்களுடன் கதைத்துக் குறிப்புகள் எடுத்துக்கொண்டிருந்தார்கள். அம்மாவினதும் அப்பாவினதும் முகங்கள் வௌவால்கள் பறக்கும் இருண்ட நிச்சலமான வான் என இருந்தது.

"அண்ணாவை விசாரணைக்குக் கூட்டிட்டுப் போனாங்கள்; இன்னும் விடல" இதை அம்மா அவனுக்குச் சொன்னபோது, அவனுக்கு முழுவதுமாக விளங்கவில்லை.

ஒருவாரம் கழித்தே அதன் விபரீதம் புரியத் தொடங்கியது. தலதா மாளிகையில் இடம்பெற்ற குண்டுவெடிப்பில் பாதுகாப்புக் கடமையிலிருந்த போலீசார், இராணுவத்தினர், பௌத்தப் பிக்குகள் உற்படப் பலர் கொல்லப்பட்டிருந்தார்கள். விகாரையின் முன்னும் பின்னுமாக மூன்று குண்டுகள் ஒரே நேரத்தில் வெடித்தன. வெடிஹிட்டி மாளிகைக்கும், பத்திரிப்புவ முகப்புக்கும் பலத்த சேதம் ஏற்பட்டிருந்தது. நாட்டின் ஜனாதிபதி சந்திரிகா குமாரதுங்க அன்றைய தினத்தைத் தேசிய துக்கதினமாக அறிவித்திருந்தார். மேற்கத்திய நாடுகளின் தூதரகங்கள் கடுமையான கண்டனத்தையும் வருத்தத்தையும் பதிவு செய்தன. கண்டி மாநகரம் விசேச அதிரடிப் படையினரின் தேடுதலுக்கு உள்ளாகியது. நூற்றுக்கணக்கான தமிழ் இளைஞர்கள் அவசரகாலதடைச்சட்டத்தின் கீழ் விசாரணைக்காக கைது செய்யப்பட்டார்கள். அவர்களின் பெரும்பாலானோர் மலையகத் தமிழர்களாக இருந்தார்கள்.

சிறிய காயங்களுடன் ஆஸ்பத்திரியில் அனுமதிக்கப்பட்ட சுயந்தனின் தமையனும் விசாரணைக்காக அன்றே அழைத்துச் செல்லப்பட்டான். அம்மாவும் அப்பாவும் அதிகாரிகளுடன் உடல் தளர மன்றாடி இறைஞ்சியபோதும் அவர்கள் விடவில்லை.

‘சிறிய விசாரணைதான். வாக்குமூலம் வேண்டிவிட்டு விட்டுவிடுவோம்’ என்றார்கள். மூத்த மகன் சென்றதை, நடுங்கும் விழிகளுடன் உணர்வுகள் ஒடுங்கி அம்மா பார்த்தவாறிருந்தார். இரண்டு வாரம் ஆகின. இன்னும் விடவில்லை. மீண்டும் மீண்டும் கண்டி காவல் நிலையத்திற்கு அப்பா சென்றுவந்தார். விசாரணை முடிந்தவுடன் “புத்தாவை விடுவோம்” என்பதைத் திரும்பத்திரும்பத் தடித்த உதடுகளால் ஒப்பேற்றிக் கொண்டிருந்தார்கள்.

“மாத்தையா மகனையாவது பார்க்கவிடுங்க” என்று கேட்டபோதும் செவிசாய்க்காமல் மறுத்தார்கள்.

அடுத்த வாரம், இராணுவம் கைதிகளைப் பொறுப்பெடுத்துக் கொண்டது. தேடிச்சென்ற பெற்றோரை அவிசாவளையிலுள்ள படைமுகாமுக்குப் போகச் சொன்னார்கள். தவித்துப் போனவர்கள் அங்கேயும் ஓடினார்கள். போய்ப் பார்த்தபின் விதிர்த்து உறைந்தார்கள். நூற்றுக்கும் மேற்பட்ட பெற்றோர்கள் பிள்ளைகளைப் பார்க்க விழிகள் நனையக் கூடியிருந்தார்கள். இராணுவம் அவர்களின் பிள்ளைகளின் பெயர் விபரங்களை வாங்கிவிட்டு, சொல்லி அனுப்புவதாகக் கூறி அனுப்பினார்கள். பிடிவாதமான பெற்றோர்கள் வலுக்கட்டாயமாக மிரட்டி அனுப்பி வைக்கப்பட்டார்கள்.

“என்னுடைய மோனுக்கு எதுவுமே தெரியாது. பிரம்புக் கடையில கூலிவேலைக்கு போய்வாறவன். சும்மா பிடிச்சு அடைச்சு வைச்சிருக்கிறார்களே” அவர்கள் அருகிலிருந்த தாயொருவர் பெருத்த குரலில் ஒப்பாரியாகச் சொல்லிக் கொண்டிருந்தார். விழிநீர் கண்களிலிருந்து வெளியேறி அவரின் ரவிக்கையை நனைத்தமை அந்தச் சூடான வெயிலில் வெளிர் நிறக் கோடுகளாகத் தெரிந்தன.

மூன்று வாரங்களுக்கு மேல் கொழும்பிலிருந்து பலருடன் அப்பா பேசிப்பார்த்தார். யார்யாரோ பேசினார்கள். ஆனால், தமையனைப் பார்க்கக்கூட முடியவில்லை. சுருங்கிய முகத்துடன் அவர்கள் இருந்தார்கள்.

அன்றைய மாத இறுதியில் அவர்களுக்குக் கிடைத்த செய்திதான் பேரிடியாக உளத்தைத் தகைத்தது. “உங்கள் மகன் நமது பொறுப்பில் இல்லை; நீங்கள் காவல்துறையிடம் தான் கேட்க வேண்டும்;” அந்த இராணுவ அதிகாரி படைமுகாமில் நான்காவது தடவையாக அவர்களிடம் சொல்லிக்கொண்டிருந்தார்.

இன்னும் இரண்டு வாரத்தில் வேலைக்குத் திரும்ப வேண்டும்; விடுப்புகள் முடிவடைந்து விட்டன என்று தந்தியில் அப்பாவுக்கு அறிவுறுத்தல் வந்தது.

4

மூன்று மாதத்தின் பின் 'உங்கள் மகனை நாங்கள் அப்பவே விட்டுவிட்டோம்' என்றார்கள். பின்னர் கைது செய்யவில்லை என்றார்கள். முன்பின்னான தரவுகளைச் சொல்லிக்கொண் டிருந்த இராணுவமும் போலீசாரும் இறுதியில் தமக்கு ஏதும் சம்பந்தமில்லாததுபோல் நடந்துகொள்ளத் தொடங்கினர்.

மகனைப்பற்றி எந்த விடயமும் தெரியாத அம்மா மயங்கிமயங்கிச் சரியலானார். அவரின் கண்ணீரும் மௌனமும் நித்தமும் அவர்களது வீட்டில் சிதறியது. உறவினர்கள் அம்மாவின் மென்மையான கைகளைப் பிடித்தவாறு நம்பிக்கை துளிர்க்கும் விதமாகப் பேசிச்செல்வதும் நடந்தேறியது. பின்னர் அவர்களின் வருகையும் குறைந்து ஒருசேர நின்றுபோனது.

சமையலறையில் சமைத்த வண்ணம் அமர்ந்திருந்த அம்மா எரியும் தீயை இமையசையாது பார்த்தவாறே உறைந்து அமரத் தொடங்கினார். கருகிய வாசம் எழும்போதும் சுயநினைவுக்குத்திரும்பாமல் சிலையாகியிருந்தமையும் அப்பாவை அச்சுறுத்தியது.

சுயந்தன் மறுநாள் பாடசாலையிலிருந்து வரும்போது முதுகில் சுமக்கும் புத்தகப் பையில்லாமல் வந்தான். ஏனென்று அப்பா கேட்டபோது, "உங்களை நாளை வரட்டாம்" என்றுவிட்டுத் தரையைப் பார்த்தவாறு நின்றான்.

அப்பா அவனோடு பாடசாலைக்குச் சென்று தலைமை யாசிரியரைச் சந்தித்தார். மூக்குக் கண்ணாடியைக் கழற்றி மேசையில் வைத்தவாறு தலைமையாசிரியர் "புத்தகப்பையை வேண்டி வைச்சுட்டு பிள்ளையை வீட்டே அனுப்பினதற்கு மன்னிக்கணும். பெற்றோரை இரண்டு தடவை வரச்சொல்லி மகனுட்ட சொல்லியிருந்தோம். அடுத்த நாள் வந்து மறந்துட்டேன் மறந்துட்டேன் என்கிறான். அதான் நினைவுல நிக்கச்செய்ய அப்படிச் செய்தோம்" என்றார்.

மேசையிலிருந்து இரண்டு தடிமனான புத்தகங்களை விரித்தார். நீண்ட அடிமட்டத்தை எடுத்துக் குறுக்கா வைத்துக்கொண்டு பெறுபேறுகளைச் சொல்லத் தொடங்கினார். எல்லாம் ஐந்துக்கும் குறைவான புள்ளிகளையே கொண்டிருந்தன.

"என்ன பிரச்சினை ஏன் படிப்பு இப்படிப் பாதளத்துக்குள்ள போகுது?"

அப்பா இறுகிய முகத்துடன் மௌனமாக அமர்ந்திருந்தார். அவரின் மௌனம் தலைமையாசிரியருக்கு விநோதமாக

இருந்திருக்க வேண்டும். புருவம் உயராமல் கண்களை விழித்துப் பார்த்தார். சுயந்தனின் அப்பாவின் கண்கள் மெல்லமெல்லச் சிவந்துகொண்டிருந்தன. அருகிலிருந்த சுயந்தன் அசைவற்ற உடலாக இறுகி நின்றான். இருவரையும் மாறிமாறிப் பார்த்து விட்டுத் தலைமையாசிரியர் மேலும் பேசலானார்.

"இதைக்கூட விட்டுவிடலாம்; ஓவியப்பாடத்தில் இவன் செய்த கூத்துத்தான் எங்களுக்குப் பெரிய பிரச்சினையாக இருக்கு" என்றார். அப்பா அதுவென்ன என்பதுபோல் பார்த்தார். நீண்ட வெள்ளைத்தாளை மேசை லாட்சிக்குள்ளிருந்து வெளியே எடுத்துவைத்தார். அதில் வண்ணங்கள் தாறுமாறாகப் பூசப்பட்டிருந்தன.

"ஓவியப் பாட ஆசிரியை யானை படம் ஒன்றை வரையச் சொல்லியிருந்தார். வகுப்பிலுள்ள எல்லாரும் வரைய இவன் மட்டும் வரையவில்லை. கேட்டதுக்கு இப்படி வரைந்து காட்டியிருக்கான். யானையை வரையச் சொல்ல, வரையமாட்டன் என்று இருக்கிறான். அதட்டிக்கேட்ட ஆசிரியையை அடிக்கப் போயிருக்கான்" என்றுவிட்டு மறுபடியும் சுயந்தனை அவர் பார்த்தார்.

அப்பா மேசையிலிருந்த அடிமட்டத்தை எடுத்துச் சுயந்தனைச் சரமாரியாக விளாசத் தொடங்கினார். அவனது வெளிர்நிறத் தோளில் சிவந்த கோடுகளை அது வரைந்தது. தலைமையாசிரியர் திடுக்கிட்டு அப்பாவை மறிக்கமறிக்க அவர் இன்னும் மூர்க்கம் கொண்டு அடிக்கலானார். "உன்னால் தானே இவ்வளவு பிரச்சினை. எல்லாத்தையும் சிதைச்சுட்டியே பாவி" என்று வார்த்தைகளை வீசிவிட்டு இன்னும் வேகம்வேகமாக அவனது உடலெங்கும் அடித்தார். அவன் ஒரு கற்சிலையாக அசையாமல் நிலத்தில் பொருத்தியதுபோல நின்றான். சிறிது நேரத்தில் உடல் சோர்வடைய அடிமட்டத்தை வீசிவிட்டு மகனைக் கட்டிப்பிடித்துக்கொண்டு பெருங்குரல் எடுத்து அழலானார். அக்கம்பக்கத்து வகுப்பாசிரியர்கள் பதற்றத்துடன் வேடிக்கை பார்க்க உள்ளே கூடினார்கள். அவன் அசையாமலே இருந்தான்.

5

ஏறக்குறைய எண்பதுபேர் கச்சேரிக்கு முன்பு கூடியிருந்தனர். அவர்களில் பெரும்பாலானோர் பெண்களாகவே இருந்தனர். அவர்கள் கைகளில் பதாகைகள் காணப்பட்டன. "காணாமல் ஆக்கப்பட்டவர்களை உடனே விடுதலை செய்", "எங்கள் பிள்ளைகள் எங்கே?" வாசகங்கள் தடித்த மையினால் எழுதப்பட்டு

இருந்தன. சுயந்தனின் அம்மாவும் அவர்களில் ஒருவராகப் பதாகையைப் பிடித்தவாறு நின்றார். அவர் கைகளில் ஏந்தியுள்ள பதாகையில் மகனின் புகைப்படம் பெரிதாக அச்சிடப்பட்டிருந்தது. உதயன் பத்திரிகையிலிருந்து வந்திருந்த நிருபர் ஒரு தாயாரிடம் கதைத்துக்கொண்டிருந்தார். சுயந்தன் அதனை வெறுமே பார்த்துக்கொண்டிருந்தான்.

"உங்கட மகனை எப்ப பிடிச்சவங்கள்?"

"அவனுக்குப் பதினேழு வயசு இருக்கும்போது"

"என்னத்துக்குப் பிடிச்சவங்கள்?"

"அவன் ஒன்னுமே பண்ணல தம்பி, டியூஷன் முடிஞ்சு வீட்டுக்கு வந்திற்று இருக்கக்க ஆமிக்காம்புக்கு கிரனைட் வீசிட்டு பொடியள் ஓடிட்டாங்கள்; ரெண்டு ஆமி செத்தது. அப்பக்க ரோட்டில இவன் நின்றதால பிடிச்சவங்க. இன்னும் விடல."

"இப்ப அவருக்கு எத்தனை வயசு?"

"இருபத்தியாறு ஆகுது தம்பி" அதைச் சொல்லும்போது அவர் கண்களிலிருந்து கண்ணீர் வரவேயில்லை. இறுக்கமான முகத்தில் ஒரு தளர்வு சுரந்துகொண்டிருந்ததைச் சுயந்தன் கண்ணுற்றான். திரும்பி வானத்தைப் பார்த்தான். மகோகனி மரங்களின் இலைகளைக் கடந்து சூரிய ஒளி அவன் கண்களைக் குத்திற்று. திரும்பி வீதியைப் பார்த்தான். தேர்தல் சுவரொட்டிகள் மதில்களில் ஒட்டப்பட்டிருந்தன. "இலக்கம் மூன்று ரணில் விக்கிரமசிங்க. ஐக்கிய தேசியக் கட்சிக்கு வாக்களியுங்கள்." கீழே பச்சை நிறத்தில் யானையின் சின்னம்.

சுயந்தன் உயர்தர வகுப்புக்குச் செல்ல ஆரம்பிக்கும்போது யுத்தம் முழுமையாக முடிவுக்கு வந்திருந்தது. டியூட்டரிக்குச் சென்றுவிட்டு, சைக்கிளை நிறுத்திவிட்டு வீட்டுக்குள் வந்த சுயந்தன் தொலைக்காட்சியை உற்றுப்பார்த்தான். நாட்டின் பாதுகாப்புச் செயலாளர் கோத்தபய ராஜபக்ஷ தொலைக்காட்சியில் உரையாற்றிக் கொண்டிருந்தார். அவரது சிங்கள உரைக்கு தமிழிலும் பின்னணிக் குரல் வழங்கப்பட் டிருந்தது. "பயங்கரவாதிகளிடம் இருந்து நாட்டை எமது இராணுவ வீரர்கள் மீட்டுத் தந்திருக்கிறார்கள். எமது தாய்மார்கள் தங்கள் பிள்ளைகளைப் போர் வீரர்களாக அனுப்பிவைத்தார்கள். இது அவர்களுக்குக் கிடைத்த வெற்றி!" அப்பா மௌனமாகத் தொலைக்காட்சியைப் பார்த்துக்கொண்டிருந்தார். அவனுக்கு எரிச்சல் மேலிட்டது.

“ஏன் இதை வேலைவெட்டி இல்லாமல் பார்த்துக் கொண்டிருக்கிறியள்?”

ரிமோட்டைப் பற்றியெடுத்து சனலை மாற்றினான். நஷனல் ஜீயோகிராப்பியில் கூட்டமாக யானைகள் ஓர் ஆற்றுச்சரிவில் இறங்கிக்கொண்டிருந்தன. கடைசியாக இறங்கிக் கொண்டிருந்த குட்டியானையை அதன் தாய் கருணை மிளிரப் பார்த்தவாறிருந்தது. சுயந்தனின் கைவிரல்கள் தன்னிச்சையாகத் தொலைக்காட்சியை அணைத்தன.

6

கன்னத்தில் வழிந்த வியர்வையைத் துடைத்துக்கொண்டு சுயந்தன் உப்புக்குளம் நீர்த்தேக்கத்தின் அருகிலிருக்கும் மைதானத்தின் எல்லையில் நின்றான். நீர்த் தேக்கத்தில் எல்லா விம்பங்களும் தெளிவாகத் தெரிந்தன. முளைவிட்ட மீசையில் வியர்வைகள் குமிழ்களாகப் படிந்தன. சூரியன் சுட்டெரிக்கும் கதிர்களை நீள் அம்புகளாக ஏவிக்கொண்டிருந்தது. இன்னும் மூன்று பந்துகள் மட்டுமே மீதம் இருந்தன, கடைசி ஓவருக்கு. அதன் பின் சுயந்தன் பந்து வீச வேண்டும். காலையிலிருந்து தொடங்கிய கிரிக்கெட் ஆட்டம் ஊர்ப் பொடியளுடன் மீண்டும் மீண்டும்.

“அடேய் சுயந்தன்...” என்ற ஒலி சீண்டியபோது திரும்பிப் பார்த்தான். செல்வரத்தினம் மாமா சைக்கிளில் நின்று அவனைக் கைகாட்டி அழைத்தார். இவர் ஏன் இங்கு என்று யோசித்தவாறு என்னவென்று சைகையால் கேட்டான்.

“ஆஸ்பத்திரிக்குப் போகணும் உடனே வா” பதிலுக்கு மாமா கத்தினார்.

“ஏன் என்னாச்சு?”

“உன் அம்மாவுக்கு ஏலாமக் கிடக்கு.”

மைதானத்திலிருந்து சீறிவிலகி அவரை நோக்கிச் சென்றான். அவன் கால்களை முட்கள் கிழித்தன.

“சைக்கிளில் ஏறு” மாமா அவசரப்படுத்தினார்.

பாதணிகளைக்கூட அணியாது அவரின் சைக்கிளில் தாவி ஏறினான். உப்புக்குளம் நீர்த்தேக்கத்தில் அவர்களின் விம்பங்கள் தெளிவாகத் தெரிந்தன. காற்று அடிக்க நீர் அசைய வான்மேகத்தின் விம்பங்களின் ஊடாக அவர்களின் விம்பங்கள் அலையாக நெளிந்து தெரிந்தன. ஒரு பெரிய தொடர் மாறுதல்

கணம்தோறும் மாறுவதுபோல அவர்களின் விம்பங்கள் மாறிக்கொண்டிருந்தன. நீரோட்டத்தில் பிரதிபலிக்கும் வான்மேகத்தின் பிம்பமே உலகக் காட்சி. நீரின் அசைவு ஒரு பெரிய தொடர்மாறுதல்.

அவன் ஆஸ்பத்திரி போய்ச்சேர்ந்தபோது அம்மா இறந்திருந்தார். அவனுக்கு அழுகை வரவில்லை. அமைதியாக நின்றான். முகத்தில் தத்தளிப்பின் ரேகைகள் சலனமிட்டுக் கோடுகளை வரைந்தன. வீட்டுக்குப் பிரேதம் வந்தபோது அக்கம்பக்கத்துப் பெண்கள் ஆர்ப்பரித்து அழுதார்கள். அவர்களோடு சேர்ந்து அப்பாவும் அழுதார். அதைப் பார்க்க அவனுக்கு எரிச்சல் மிளிர்ந்தது. ஏதோவொரு அமைதியைத் தேடினான். உடனே கிணற்றில் குதித்து மூழ்க வேண்டும் என்ற தவிப்பு ஏற்பட்டது. அப்பாவின் கண்களைப் பார்த்தான். வெறுப்பு கசிந்துகொண்டிருந்தது.

அம்மாவுக்கு அவன்தான் கொள்ளிவைத்தான். அப்பா வெள்ளை வேட்டி கட்டி மேலுடம்பில் ஆடையின்றிக் காற்றுத் தீண்ட செம்மணி மயானத்தில் நின்றார். அவர் கொஞ்சம் மகிழ்ச்சியாக இருப்பது போலவும் அவனுக்குப் பட்டது. உறவினர்கள் தமக்குள் கதைத்தவாறு நின்றார்கள். எரிந்துகொண்டிருந்த உடலிலிருந்து கரும்புகை காற்றின் திசைக்கு ஒருசேரப் பறந்தது. யானையின் துதிக்கையென எழுந்துசெல்லும் புகையில் அம்மாவின் சரீரம் கரைந்துகொண்டிருந்ததை விம்மலுடன் கண்ணுற்றான். உடனே வெடித்து அழ வேண்டும்போல உணர்வுகள் எழுந்தன. எவ்வளவு கட்டுப்படுத்திப் பார்த்தும் முடியாமல் அவன் அழத் தொடங்கினான். “ஐயோ அம்மா . . . உன்னையும் அண்ணாவையும் கொன்றது நான்தானே ...” அவன் குரல் மயானத்தை நிறைத்தது. உறவினர்கள் திகைத்து அவனை நோக்கி ஓடிவந்தனர். அவன் மயங்கிச் சரிந்தபோது காலில் வேட்டி இடறியது.

7

ஆளுநர் வளாகம் முன்னே மூன்றாவது நாளாகவும் உண்ணாவிரதப் போராட்டம் நடந்துகொண்டிருந்தது. வலிந்து காணாமல் ஆக்கப்பட்டவர்களை உடனே விடுதலை செய்ய வேண்டும் என்ற கோரிக்கையை வலியுறுத்திப் பல்வேறு பதாகைகள். நம்பிக்கையை ஒளித்துவைத்த தாய்மாரின் விறைத்த முகங்கள் வெய்யிலின் வேதனையால் தொப்பலாக நனைந்திருந்தன. சுயந்தனுக்குப் போராட்டத்தில் கலந்துகொள்ளும் பலரையும் தனிப்படத் தெரிந்திருந்தது. அவர்கள் எல்லோரும்

தங்களுக்குள் அணுக்கமானவர்களாக ஆகியிருந்தார்கள். ஊடகங்கள் "உங்கள் பிள்ளை இன்னும் உயிருடன் இருப்பதை நம்புகிறீர்களா?" என்றகேள்வியைக்கேட்டுத்தாய்மார்களைச்சீண்டி அழவைத்து ஒளிப்படம் பிடிக்கும் தந்திரத்தை அவன் அடியோடு வெறுத்தான். இன்றும் சில ஊடகங்கள் அதே தாய்மார்களிடம் "அரசாங்கம் உங்கள் பிள்ளைகள் பற்றித் தங்களுக்குத் தெரியாது என்றும் மரணச் சான்றிதழ் தர ஒத்துக்கொண்டும் இருக்கிறார்களே . . ." என்று கேட்டுவிட்டு அவர்கள் என்ன சொல்லப்போகிறார்கள் என்று ஆவலுடனும் பதற்றத்துடனும் காத்திருந்தார்கள். ஒரு தாயின் வெடித்த அழுகை கூட்டத்தைப் பிளந்துகொண்டு எழுந்தது. அந்த அழுகையைக் கேட்கச் சுயந்தனுக்கு வெறுப்பும் எழுந்தது. போராட்ட இடத்திலிருந்து வெளியேறி சைக்கிள் நிறுத்தத்துக்கு வந்தான். மஹிந்த ராஜபக்ஷவின் புகைப்படம் இரும்புச் சட்டத்தில் அடைக்கப்பட்டு தமிழ் எழுத்துக்களால் 'நீடுழி வாழ்க' என்று அலங்கரிக்கப்பட்டு நாட்டப்பட்டிருந்த பதாகையைக் கண்ணுற்றான்.

சைக்கிளை எடுத்துக்கொண்டு நேர் வீதியில் செல்லத் தொடங்கினான்.

8

அவன் சுண்டுக்குளி அங்கிலிகன் தேவாலயத்தை அடைந்தபோது, மகோகனி மரங்களின் குளிர்மையே முதலில் அவனை வரவேற்றது. அருகே பரியோவான் கல்லூரியின் மாலை நான்கு மணிச் சத்தம் சீரான அலைவரிசையில் ஒலித்து ஓய்ந்தது.

தேவாலயத்தில் யாருமே இருக்கவில்லை. இனிமையான நறுமணம் ஒன்று பரவுவதுபோல அவன் உணர்ந்து இருந்தாலும் அது என்ன வாசம் என்பதைப் புரிந்துகொள்ள முடியவில்லை. கடைசியில் அமர்ந்து தேவாலயத்தை வேடிக்கை பார்த்தான். சிலர் மாலைப் பிரார்த்தனைக்காக மெல்ல மெல்ல வரத் தொடங்கினார்கள். மெல்லத் தலையை அசைத்து தங்களுக்குள் இரண்டொரு வார்த்தையை ஆங்கிலத்தில் பேசினார்கள். தேக்கு மரத்தில் செய்த யன்னல்களும் வளைவான ஒரே மாதிரியான சுவர் அலங்காரங்களும் பிரிட்டிஷ் எச்சத்தைப் பிரதிபலித்தன.

"இது போர்த்துக்கேயர் இலங்கையை ஆண்டபோது பயன்படுத்திய கொடி, இலட்சினை; இது ஆங்கிலேயர் இலங்கையை ஆண்டபோது பயன்படுத்திய கொடி ..." சமூகவியல் ஆசிரியர் தரம் எட்டு படிக்கும்போது பெரிய வெள்ளைப்பேப்பரில் அச்சடித்துக் காட்டிய தேசியக் கொடி, இலச்சினைகள் அவன்

நினைவில் வந்தன. அநேகமானவற்றில் யானையும் விகாரையும் தவறாமல் இருந்தன.

பிரார்த்தனைக் கீதங்கள் அவன் செவிகளில் விழுந்தன. திரும்பத்திரும்ப மன்றாடல்கள்தான். இறைவா என்னைக் காத்துக்கொள். என் குழந்தைகளை, என் குடும்பத்தைக் காத்துக்கொள். எவ்வளவு வேண்டுதல்கள்! பரீட்சை ஜெயிப்பதற்காக, வியாபாரம் செழிப்பதற்காக, நோய் குணமாவதற்காக என்று சீராக அவை ஒலித்தன. திடீரென்று ஒன்றைக் கவனித்தான். அனைத்துப் பிரார்த்தனைகளும் வந்த பிரச்சினைகளுக்காக அல்ல. வரக்கூடும் என அஞ்சிய பிரச்சினைகளுக்காகவே. அவனுக்குள் விரக்தி குமிழ் விட்டது. வெளியே எழுந்து ஓடினான். சைக்கிளில் தாவி ஏறி வேகவேகமாக மிதித்தான். ஆஸ்பத்திரி வீதியைக் கடந்து ஆரியகுளம் சந்தியை அடைந்தான்.

நாகவிகாரை அலங்காரம் செய்யப்பட்டுக்கொண்டிருந்தது. என்ன விசேஷம் என்று யோசித்தான். நாளை மறுநாள் வெசாக் என்பதை அப்போதுதான் உணர்ந்தான். கால்கள் தன்னிச்சையாக விகாரைக்குள் செல்லத் தலைப்பட்டன. உள்ளே நுழைந்தான். ஓர் அமைதி அவனைக் கவ்விக்கொண்டது. புத்தரைப் பார்த்தான். ஊதுவர்த்திப் புகை மெல்லமெல்ல அசைந்து காற்றில் கரைந்தது. அவன் இளகத் தொடங்கினான்.

தாமரை இதழ்களைப் பொறுக்கியவாறு வயதான பௌத்தத்துறவி சற்றுத் தள்ளி நின்றார். அவன் இதயம் பலமடங்கு வேகவேகமாக அடித்துக்கொள்ளத் தொடங்கியது. கண்களில் கண்ணீர் கசிந்து நெகிழ்ந்து வடிந்தது. அவரின் கண்கள் இவனது கண்களைத் தீண்டின. அவர் பின்னே அவனும் சென்றான். பாலி மொழியில் ஓதிக்கொண்டு பிரித் நூலை எடுத்தார். அவன் கைகள் தன்னிச்சையாக அவரிடம் நீண்டன. அவரின் ஆக்காட்டி விரல் சிதைந்திருந்தது. எந்தப் பதற்றமும் இல்லாமல், பாலி மொழியில் ஓதியதன் அர்த்தம் என்னவென்று கேட்டான். அவர் கொச்சைத் தமிழில் சொல்லத் தொடங்கினார். அவனது அகமொழி தனக்குள் கோர்த்து சீராக அதனை அடுக்கிக்கொண்டது. பின்னர் தனக்குள்ளே ஒழுங்கமைத்தது.

கடந்த காலத்தில் நாம் இருந்தோம். இப்போது அதில் இல்லை. எதிர்காலத்தில் நாம் இருக்கலாம். ஆனால் இந்தக் கணத்தில் அதிலும் இல்லை. நிகழ்காலத்தில் மட்டுமே இருக்கிறோம்; இறந்தகாலமும் எதிர்காலமும் இல்லை. அத்தோடு நிகழ்காலமும் இல்லை. நிகழ்காலம் என்பது நாம் உணர்ந்துகொள்ளும் ஒரு தருணம் மட்டுமே – அடுத்த கணமே அதுவும் இறந்துபோன

ஒரு கணம்தான். எதிர்காலம் நம்முன்னால் தேய்ந்து செல்வதை உணரும் ஒரு வெளிப்பாட்டுத் தருணமே நிகழ்காலம். அதை ஒரு நிலையின்மையாக மட்டுமே உணரலாம். அடுத்தடுத்த இருகணங்களிலும் மனிதவனாக ஒருவரால் இருக்க முடிவதில்லை.

அவனது செவிகள் நடுக்கத்துடன் குளிர்ந்து கொண்டிருந்தன.

பாரிய வாகனம் அவன் முன்னே வந்துநின்றது. பின்னால் கம்பிக் கூண்டுகள். உள்ளே பார்த்தான். இரண்டு யானைகள். ஒன்று தாயாக இருக்கலாம். மற்றையது அதன் குட்டியாக இருக்கலாம். அவன் பொருட்படுத்தாது விலகி நடந்தான். பின்னால் குட்டி யானையின் பிஞ்சு பிளிறலை ஒரு கணம் உணர்ந்தான். பின்னர் உணரவேயில்லை.

○ ○ ○

தமிழினி, 2019

பேரீச்சை

1

இலண்டன் ஹித்துரு விமான நிலையத்தை இன்னும் பதினொரு நிமிடங்களில் அடைந்துவிடுவோம் என்று விமானி அறிவித்தபோது அதிகாலை மூன்று மணியாகியிருந்தது. யன்னல் கண்ணாடிச் சட்டகத்தை உயர்த்தி வெளியே பார்த்தான். கருப்புப் போர்வைக்குள் வான் தத்தளித்துக்கொண்டிருந்தது; தூரத்தில் மஞ்சள் நிறத்தில் ஒளிச் சிதறல்கள் நீள்சதுர வடிவில் தென்படலாயின. அலுமினிய உடல் குலுங்கிச் சிறிய திடுக்கிடலுடன் மெல்லப் பதியலாயிற்று. ஊடுருவியிருந்த பேரமைதி ஒரு கணம் அவனைத் திடுக்கிட வைத்தது. கண்களை லேசாகத் திருப்பிச் சக பயணிகளைப் பார்த்தான். தூக்கத்திலிருந்து விழித்து, கலைந்திருந்த கேசத்தைச் சரிப்படுத்தியவாறு உடலை வளைத்து நெட்டி முறிந்து சுறுசுறுப்பாகி கொண்டிருந்தார்கள். தனித்துவிடப்பட்ட பயம் மூச்சுக் குழாய்க்குள் சிக்கி அவனை அவதியுறச் செய்தது. பின் முதுகு எரிந்தது; உலோகக் கம்பிகளாலும் சிகரெட்டுக் களாலும் சுடப்பட்ட காயங்கள் மீது மேல்சட்டையின் உரசியிருக்க வேண்டும், தாடைகள் அழுத்த, பற்களை இறுக்கமாகக் கடித்துக் கொண்டான். கழுத்துப் பட்டியால் குளிர்காற்று உள்நுழைய, தேகம் சாதுவாக அதிர்ந்ததை அருவருப்போடு உணர, கை தடித்த குளிரங்கியை தனிச்சையாக அழுத்திப் பற்றிக் கொண்டது.

குடியகல்வுப் பகுதியில் கடவுச்சீட்டை கொடுத்துவிட்டுச் சொல்ல வேண்டியவற்றைத் தனக்குள் மீண்டும் சொல்லிப் பார்த்தான். கட்டுநாயகா விமான நிலையத்திலிருந்து அலைக்கழித்தவை மீண்டும் அவனின் அகத்துக்குள் துளிர்த்தன. ஒரு வெறுப்பை அடைய, என்னவென்றாலும் ஆகட்டும்; ஆவது ஆகட்டும் என்ற சலிப்பையடைந்தான். மறுகணம் பதற்றம் கூடியதைக் கலவரத்துடன் உணரச் சமநிலை குலைந்தான். குளிர் அங்கியின் பொக்கற்றுக்குள் கையைவிட்டுப் பிசைய, அவன் பத்திரப்படுத்தி வைத்திருந்த தோடு அவனது கைகளில் தீண்டிற்று.

2

தரம் ஒன்றிலிருந்து அவனுடன் பாடசாலையில் படித்துவந்த நதீசனின் வீடு, மாம்பழம் சந்தியருகேயிருந்த கிரவல் ஒழுங்கையின் தொங்கலில் பெரிய மாமரத்துடன் இருந்தது. இருவரும் ஒன்றாகவே பாடசாலைக்குச் சைக்கிளில் செல்வதும், டியூட்டரிக்கு அலைவதும், அந்திப்பொழுதுகளில் ஒழுங்கையில் டெனிஸ் பந்தில் கிரிக்கெட் விளையாடுவதும் வழமை. நதீசனின் அப்பா இரண்டாயிரம் ஆண்டு இடம்பெயர்வின்போது எறிகணை வீச்சில் கொல்லப்பட்டிருந்தார். அதுவரை காலமும் பார்வதி வித்தியாலயத்தில் துடிப்புமிக்க ஆசிரியையாகவிருந்த அவனது அம்மா சிறிதுகாலம் துவண்டு போயிருந்தது உண்மைதான். ஆனால் விரைவிலே மீண்டுவந்து தனி மனுஷியாக நதீசனையும் அவனது தமையன் நிரோஷனையும் கண்டிப்புடனே வளர்த்தார். எப்போதுமே படிப்பு படிப்பு என்று வலியுறுத்திக் கொண்டேயிருப்பார். தவணைப் பரீட்சை பெறுபேறுகள் வந்தபின்னர் அவனுக்குக் கணிதம், விஞ்ஞானம், ஆங்கிலப் பாடத்தில் என்ன பெறுபேறுகள் என்று கேட்டு, கடுகடுப்பான முகத்துடன் தன் மகன் நதீசனுடன் ஒப்பிட்டுப் பார்ப்பார். அச்சமயத்தில் அவன் தரையைப் பார்த்தவாறு நிற்பான். அதனாலோ என்னவோ அவர் இரும்பு மனுஷியாவே அவனுக்குத் தெரிந்தார். அன்று அவர் அழுதபோது அவன் திகைத்தாலும், உண்மையில் ஒருபக்கம் சிரிப்பு வந்ததோடு அவர் மீதிருந்த பயம் கலந்த விம்பமும் அவனுக்குள் தகர்ந்து போயிற்று.

“தம்பி எங்கட ரோஸ்கி, ஆம்மிக்காரன்களோட ஓடிப்போச்சு” என்று தழுதழுக்கக் கண்களிலிருந்து நீர் வழிய, குரல் குழறிச் சொன்னார். திகைத்துவிட்டு கேற்றுக்கால் எட்டிப் பார்த்தான். வழமையாக ரோஸ்கியைக் கட்டிவைக்கும் இடத்தில் இரும்புச் சங்கிலி மட்டுமே இருந்தது; பக்கத்தில் ரோஸ்கி

உணவுத் தட்டும் அநாதரவாக இருந்தது. வெளிவிறாந்தையில் பரீட்சை வினாத்தாள்களை அவர் திருத்திக்கொண்டிருக்கும்போது, முன்னம் இருகால்களை நீட்டித் தலையைச் சாய்த்து அவர் அருகே வீறாப்பாகப் படுத்திருக்கும். கேற்றுக்கு வெளியே சிறார்கள் யாரும் சத்தம் எழுப்பிக்கொண்டு ஓடித்திரிந்தால், உறுமிக்கொண்டு ரோஸ்கி குரைக்கும். "என்னடா", என்று படுத்திருக்கும் ரோஸ்கியின் முதுகைக் காலால் வருடிச் சமாதானப்படுத்துவது அவரின் வழமை. அவருக்கும் ரோஸ்கிக்கும் இடையில் அன்னை மகன் உறவு இருப்பது போலவே தோன்றும். அப்படிப்பட்ட ரோஸ்கி ரோந்துவரும் இராணுவத்தினர் கூட்டிக்கொண்டு வரும் வளர்ப்பு நாய்களுடன் சென்றிருக்கிறது. உடனே என்ன எதிர்வினையை முகத்தில் வெளிக்காட்டுவது என்று அவன் குழம்பிப்போய், சிரிப்பு வந்த முகத்தை ஆமையின் ஓடைப்போல் என எதையும் வெளிக்காட்டாது கெட்டிக்காரத்தனமாக வைத்துக்கொண்டான்.

ரோஸ்கி அவனுடனும் வாரப்பாடாகவே இருந்தது. அவ்வீட்டில் கண்டால் சிநேகமாக எழுந்துநின்று வாலாட்டும். உடல் முழுவதும் செம்மண்ணை வழித்தெடுத்துப் பூசியது போல இருந்தாலும், அதன் வால்பகுதி மட்டும் வெண்ணிறத்தில் நுரைத்த பால் போலச் சடையாக இருக்கும். முன் இரண்டு கால்களை நீட்டி அவன் தொடைகளைத் தட்டிவிட்டு "உவ்வ் . . ." என்று ஒலி எழுப்பத் தலையைத் தடவிக்கொடுப்பான். உடனே அவன் கைகளை ஈரம் படிந்த நாக்கால் நக்கி அவனது காலைச் சிநேகமாக உரசும். அவர்கள் வீட்டில் பெரிய கண்ணாடிப் போத்தலில் பேரீச்சம்பழங்கள் எப்போதும் நிறைந்திருக்கும். விளையாடச் செல்லமுதல் அவனும் நதீசனும் வாய் நிறையப் பேரீச்சம்பழங்களை அள்ளி விழுங்குவார்கள். "பேரீச்சை பாலைவனத்தில் வளர்வது, தன்னுள் ஈரமும் இனிப்பும் கொண்டது", என்று நதீசனின் அம்மா சொல்வார். அப்படிச் சாப்பிட்டுக் கொண்டிருக்கும்போது ரோஸ்கி அவனை ஆர்வத்துடன் கண்மணிகள் விரிவுகொள்ள ஏக்கத்துடன் பார்த்திற்று. விளையாட்டாக ஒரு பேரீச்சம்பழத்தை உள்ளங் கையில் ஏந்தி வாயருகே நீட்டினான். செந்நிற நாக்கை நீட்டி வழித்து அப்படியே வாயிலெடுத்துச் சதைகளை உறிஞ்சிவிட்டு, கொட்டையை மட்டும் வெளியே துப்பியது. அன்றிலிருந்து அவன் ரோஸ்கிக்குத் தினமும் ஒன்றிரண்டு பேரீச்சம்பழம் கொடுப்பான்.

நதீசனின் அம்மா இன்னும் அழ ஆரம்பித்தார். "அம்மோய், சும்மா இருக்கிறியலே!" என்ற அதட்டலுடன் மூத்தமகன் நிரோஷன் கதவடிக்கு வந்தார்.

3

நிரோஷன் அண்ணா அவர்களைவிட நான்கு வயது மூத்தவர். அவர்கள் படிக்கும் பாடசாலையிலே உயர்தரப் பிரிவில் படித்துவந்தார். அதிகம் இவர்களுடன் கதைக்கமாட்டார்; வீட்டில் பெரிதாக இவர்களும் கண்டதுமில்லை. சவரம் செய்யப்பட அவரது முகத்தில் வசீகரம் தவழும். நீள கருப்புக் காற்சட்டை அணிந்தவாறு மஞ்சள் டீசேட்டோடு லுமாலா சைக்கிளின் இரும்புக் கரியரில் நடராஜா கொம்பாசும், அப்பியாசக் கொப்பிகளும் அழுத்திப் பற்றியிருக்கச் சென்றுவருவார்.

அந்திப்பொழுதொன்றில் கிரிக்கெட் விளையாடுவதற்கு புதிய டெனிஸ் பந்து தேவையாகயிருக்க, அவரது அறைக்குள் நுழைந்து ஏதாவது பந்திருக்கா என்று தேடியபோது, அவரது மேசை லாட்சிக்குள் இரண்டு கிரனைட்டுகள் சில்வர் நிறத்திலிருந்ததைக் கண்டு இருவரும் திடுக்கிட்டார்கள். பிடுங்கிவைத்த இதயங்கள்போல் வளவளப்பான உலோகத்தில் கைக்கு அடக்கமாக இருந்தன. மேல் நுனியில் சின்னக் கிளிப் நீள் வட்டமாக இருந்தது. பதற்றத்துடன் நெஞ்சு குளிர உள்ளங் கைக்கு எடுத்துப் பார்க்க, கைக்குள்ளே மறைந்து போனது; அழுத்திப் பற்ற வெட்டிய மாதுளம் பழத்தை உட்புறமாக அழுத்தியதுபோல வழுவழுப்புடன் உரசத் தேகம் குளிர்ந்தது. இருந்தபடியே லாட்சிக்குள் வைத்துவிட்டு வெளியே வந்தார்கள். நதீசனுக்கும் அவனுக்கும் குறுகுறுப்பு பற்றிக்கொண்டது.

“அம்மாட்ட சொல்லப் போறியா ?” என்றான்.

அவனை நிமிர்ந்து பார்த்துவிட்டுக் கழுத்தை வெடுக்கென்று திருப்பி இடுப்பில் கைவைத்தவாறு “ஏன் சொல்லணும் ?” என்றான் நதீசன்.

4

புதிய வருடத்தின் இரண்டாவது மாதம் ஆரம்பித்திருந்த காலப்பகுதி. சுடுவெயிலில், வரவிருக்கும் விளையாட்டுப் போட்டிக்கான தேர்வுகள் இடம்பெற்றுக்கொண்டிருந்தன. மிகப்பெரிய மைதானத்தைச் சுற்றிக் கட்டப்பட்டிருந்த சீமெந்து கட்டுகளில் பிரிவுபிரிவாக மாணவர்கள் அமர்ந்திருந்தார்கள். உயரம் பாய்தல் ஒரு மூலையிலும்,நூறு மீற்றர் ஓட்டப் போட்டிகள், தட்டெறிதல், ஈட்டி எறிதல் ஒரு பக்கமாகவும் விறுவிறுப்பாக நிகழ்ந்தவாறிருந்தன. பனையோலைகளில் நெய்யப்பட்ட ஓலைத் தொப்பிகளை அணிந்தவாறு ஆசிரியர்கள் மைதானத்தில்

குறுக்கும் நெடுக்குமாக நடந்தவாறு, சுரந்த வியர்வையை வழித்துத்துடைத்தவண்ணம் எல்லோரும் ஏதோவொன்று செய்து கொண்டிருந்தார்கள்.

"கும்" என்ற பாரிய சத்தம். முதலில் யாருக்கும் ஏதுமே புரியவில்லை. சிறிது நேரம் கழிய, அருகிலிருந்த பழைய பூங்காவிலிருந்து வெளவால்கள் இரைச்சலுடன் எழுந்து வானை நிறைத்து அலைந்து பறந்தபோதுதான் ஏதோ விபரீதம் என்று புரியத் தொடங்கிற்று.

மதில் பாய்ந்து ஐந்து ஆமிக்காரர்கள் துப்பாக்கிகளுடன் உள்ளே புகுந்தார்கள். வகுப்பறைகள் மைதானத்திலிருந்து தள்ளியேயிருந்தன. அனைவரது முகங்களும் ஆமிக்காரர்களை நோக்கி ஆர்வத்துடன் திரும்பிற்று.

இரண்டாம் மாடியிலுள்ள வகுப்பறையிலிருந்த இறங்கிவரும் படிக்கட்டுகளின் அருகேயிருந்த சீமெந்து பெஞ்சுகளை நோக்கி, இரண்டு இராணுவத்தினர் ஏறக்குறைய ஓடி வந்துசேர்ந்தார்கள். அங்கிருந்த பயிற்றுனர்களும் ஆசிரியர்களும் கண்கள் அரண்டுபோக எழுந்து நின்றார்கள்.

"மேல் மாடியிலிருந்து எங்கட காம்புக்கு கிரனைட் வீசப்பட்டுள்ளது; வீசிய ஆக்கள் இதுக்குள்ளதான் இருக்கனும்" என்று சொல்லியவாறு எல்லாரையும் லைனாக நேர் வரிசையில் நிக்கச் சொல்லிவிட்டுத் துப்பாக்கிகளை நேராகப் பிடித்தனர். அடுத்த கணம் நேர்வரிசை இம்மியும் பிசகாமல் உருவாகியிருந்தது.

ஒவ்வொரு மாணவர்களினதும் நெஞ்சைத் தொட்டுப் பார்த்தார்கள். சிலரை இழுத்து "அரபத்த யன்ன" என்று அங்காலப்பக்கம் தள்ளினார்கள். நான்கு மாணவர்கள் அப்படித் தள்ளப்பட்டு மற்றப்பக்கம் நின்றார்கள். அவர்களின் உடல்கள் விதிர்த்து உதறிக்கொண்டிருந்தன. "இவர்களின் நெஞ்சு பலமடங்கு வீரியமாக அடிக்குது, கிரனைட் எறிந்துவிட்டுப் படிக்கட்டுகளால் ஓடிவந்த களைப்பு இது!" என்றான் ஒரு இராணுவச் சிப்பாய். அவன் கண்கள் பழுத்த மிளகாய்போலச் சிவந்திருந்தன. அவர்களை நெருங்கி மற்றைய சிப்பாய் செல்ல, "ஐயோ சேர், இவர்கள் நான்கு பேரும் இப்பத்தான் ஓட்டப் போட்டியில் ஓடிட்டு வந்தவர்கள், அந்தக் களைப்புத் தான் இது" என்று ஒரு ஆசிரியர் வெருண்ட குரலில் சொல்லி முடிக்க ஒரு மாணவன் மயங்கிச் சரிந்தான்.

சிப்பாய்கள் இருவரும் தங்களுக்குள் பார்த்துக் கொண்டார்கள். மிகுதி இராணுவத்தினர் வகுப்பறைக் கதவு

களைச் சப்பாத்துக் கால்களால் உதைத்துத் திறந்து ஆராயத் தொடங்கினார்கள்.

அவனும் நதீசனும் சைக்கிளில் ஒன்றாக வீடு திரும்பும்போது எதுவும் கதைத்துக்கொள்ளவில்லை. கிரனைட் வீசப்பட்ட ஆமிக் காம்பைப் பார்த்தார்கள்; முன்னாலிருந்த மண் மூட்டைகள் மட்டுமே பிய்ந்து சிதைந்திருந்தன. எறிந்த கிரனைட் அருகிலிருந்த மரத்தின் கொப்பில் பட்டுத் தெறித்து சரியாக விழவில்லை என்று அப்பட்டமாகத் தெரிந்தது.

அங்கிருந்து அரைமைல் தூரம் சென்றிருக்க, ரோஸ்கியைக் கண்டார்கள்! அது இன்னுமொரு இராணுவ முகாம். அதன் முன்பே முன்னம் கால்களை நீட்டியபடி மென்மணலில் சொகுசாகப் படுத்திருந்தது ரோஸ்கி. அவர்களைக் கண்டுவிட்டுத் துள்ளி எழுந்து – காது மடல்களைத் தாழ்த்தி, உற்சாகம் கரைபுரண்டு சிலிர்க்க வாலை ஆட்டியவாறு பின்னால் ஓடிவந்தது. வாலின் நுனியிலுள்ள வெண்ணிறம் ஒரு கொடிபோல அசைந்தது. "ரோஸ்கிடா . . . ரோஸ்கிடா" என்று நதீசனிடம் அவன் உரக்கக் கத்தினான். நதீசன் ஆர்வம் வற்றிய நாரைக் கண்களில் அதற்கு என்ன என்பது போலப் பார்த்தான். அவன் சைக்கிளை பிரேக்கடித்து நிறுத்திவிட்டுத் தாவி இறங்கினான். ஓடிவந்த ரோஸ்கி முதலில் நதீசனைச் சுற்றிச்சுற்றி வந்தது. அவன் சலனமற்று இறுகிய முகத்துடன் நின்றிருக்க ஏமாற்றம் அடைந்தது; பின்னர் அவனிடம் வர வாஞ்சையுடன் கைகளை நீட்டினான். உள்ளங்கையை முகர்ந்துவிட்டு எதையோ அதற்குள் தேடிவிட்டு நாக்கால் நக்கியது. எச்சில் குளிர்ந்தது. பின்னர் அப்படியே திரும்பிப் பார்க்காது ஓடிப்போனது.

அவன் இரண்டுமுறை "ரோஸ்கி . . . ரோஸ்கி . . ." என்று கூப்பிட்டான்.

5

ஆங்காங்கே இராணுவ முகாம்கள்மீது கிரனைட் வீச்சும், கிளைமோர் தாக்குதல்களும் நிகழ்ந்த வண்ணம் இருந்தன. வீசியவர்கள் ஓடிவிட, குறுக்கே மாட்டுப்பட்ட சனங்கள் இராணுவத்திடமிருந்து சம்பல் அடியை வாங்கிக்கொண் டிருந்தார்கள். அவர்களும் சோடியாக வெளியே திரிவதும் சுருங்கிப் போயிற்று. விளையாடாமல் கொள்ளாமல் இருக்க முடியாது ஏதோவொரு காரணம் சொல்லி, குடும்பத்தைப் பேய்காட்டி இருவரும் சந்தித்துக் கொண்டார்கள்.

"எங்கண்ணா மாணவர் பேரவையில் இருக்கிறார் தெரியுமோ?" என்றான் நதீசன்.

“அப்படியா?”

“ஓம்”

அவன் சாந்தமாகிவிட்டு “அண்டைக்கு கிரனைட் எறிஞ்சது உங்க அண்ணனோ?” என்றான் ஆர்வம் சாதுவாக வெளிப்பட.

“தெரியல; அவர் கிளாஸ்மேட் பலர் பேரவையில இருக்கினம், அவையளில யாராவது செய்திருக்கலாம்” என்றான் முருங்கையிலை காற்றில் அசைவது போல மென்மையாக.

கிரனைட் வீச்சு சம்பந்தமாக அன்று யாரையும் இராணுவத்தினர் கைதுசெய்திருக்கவில்லை. மைதானத்தில் கூடியிருந்த மாணவர்கள் எல்லோரையும் காலைப் பிராத்தனை மண்டபத்துக்குள் அதிபர் அனுப்பிவைத்துவிட்டு, இராணுவ அதிகாரிகளிடம் பேசச் சென்றிருந்தார். சரியாகப் பாடசாலை விடும் இரண்டு மணிக்கு, குமிந்திருந்த மாணவர்களிடம், “இராணுவம் சொல்லுது, எங்கட மாணவர்களோ அல்லது ஆசிரியர்கள் யாரோதான் இதைச் செய்திருக்க வேண்டும் என்று . . .” சற்றுக் குரலைத் தாழ்த்தி ஆற்றாமையுடன் எல்லோரையும் உற்றுப் பார்த்துவிட்டு, குரலை செருமிக்கொண்டு தொடர்ந்தார். “பாடசாலை என்பது படிப்பதற்கு, அதைச் சரியாக விளங்கிக்கொண்டால் சரி,” என்றுவிட்டு இதற்கு மேல் எதையும் வெளிப்படையாகச் சொல்ல இயலாது என்பதுபோல நகர பாடசாலை மணியும் அடிக்கச் சரியாகவிருந்தது.

6

சமாதானப் பேச்சுவார்த்தைகள் முறிந்து மணலாறில் யுத்தம் ஆரம்பித்துவிட்டதாக வானொலிப் பெட்டியில் செய்திகள் மீளமீளச் சொல்லப்பட்டன. அது நடந்து சரியாக ஆறாவது நாள் நிரோஷன் அண்ணா காணாமல் போனார். இயக்கத்தில் சேர்ந்துவிட்டதாக ஊருக்குள் கதை பரவியது. எவ்வளவு முயன்றும் ஒருகிலோ மீற்றர் தள்ளியிருக்கும் நதீசன் வீட்டுக்கு அவனால் உடனடியாகச் செல்ல முடியவில்லை. ஊரடங்கு நேரத்தில் எப்படி வீட்டை விட்டு வெளியேறி வன்னிப்பக்கம் இருக்கும் இயக்கத்திடம் பத்திரமாகச் சென்று சேர்ந்திருக்க முடியும் என்ற வியப்பே அவனைக் கொடுமையாகப் பிசைந்து தள்ளியது.

ஒரு மாதகாலத்தின் பின்னர் ஊரடங்கு பகலில் மட்டும் நீக்கப்பட்டபோது நதீசனைச் சந்தித்தான். பாடசாலைகள் காலவரையற்ற மூடலுக்கு உள்ளாகியிருக்க, குதூகலம் அவர்களை விழுங்கியிருந்தது. ஆனால் சரியாக மூன்று மாதத்தின்

பின்னர் மீண்டும் பாடசாலை திறக்க, புத்தகப் பையுடன் செல்லத் தொடங்கினார்கள்.

"எங்கண்ணா கடற்புலியில இருக்கிறார்"

"எப்படி தெரியும்?"

"இல்லடா . . ."

"பின்னே?"

"அதை விடு."

அவனது வீட்டார்கள் நதீசன் வீட்டுக்கு செல்வதை அவ்வளவாக விரும்பவில்லை. அதனாலோ என்னவோ அவர்களுக்குள் சிறிய இடைவெளியும் தோன்றலாயிற்று. நதீசனது அம்மா அதிகம் பேசாது ஒதுங்கியே இருந்தார். சங்கக்கடையில் சாமான்கள் வாங்கும்போது அவனைக் கண்டால், மூக்குக் கண்ணாடியால் உற்றுப்பார்த்துவிட்டுத் தலையை மட்டும் ஆட்டிவைப்பார்.

7

பதினோராம் ஆண்டு படிக்கும்போது சரியாக ஆனி மாதம் நதீசனும் காணாமல் போனான். இயக்கத்துக்குப் போகப்போவதாக எழுதிய கடிதம் முடிக்கப்படாத கணக்கு கொப்பியில் கண்டெடுத்ததாக அவனது அம்மா சொல்லிக்கொண்டிருந்தபோது, அவரது வெள்ளைக் கண்களில் சாம்பல் நிறம் படர்ந்ததை கொக்கைப்போல் நிதானத்துடன் அவன் பார்த்தவாறிருந்தான்.

"நீங்களாவது புத்திமதி சொல்லி இருக்கலாமே தம்பி", என்று சொல்லிவிட்டு தவிப்புடன் அவனைப் பார்த்தபோது, இயக்கத்தில் சேரப்போவதாக எந்த அறிகுறியும் வெளிக் காட்டாமல் நதீசன் நடந்திருந்தமை அவனை எரிச்சல்படுத்தியது. உற்ற நண்பன் என்பதை நொறுக்கிவிட்டான். அந்தக் காயம் குமிழாக உள்ளே வெடித்துச் சிதறியது.

என்ன பதில் சொல்வது என்று தெரியாமல் தடுமாறி, அசையாமல் இரும்புக் கதிரையில் இருந்தவாறு அவர்களின் வீட்டை நோட்டம் விட்டான். வெறிச்சோடிய வீடு அவனை சோகம் கொள்ளச்செய்யாமல் அச்சுறுத்தியது. கணவரும் இல்லை, மூத்த மகனும் சென்றுவிட்டான், இவனும் போயிட்டான்; தனிமையின் வெம்மை முகத்தைத் தழுவி மறைந்தது. வாசலடியில்

அநாதரவாக இருந்த ரோஸ்கியின் சங்கிலியைக் கண்கள் தற்செயலாக நோக்க, உள்ளே ஒடுங்கினான். அதன் பக்கத்தில் அதன் தட்டு சுத்தம் செய்யப்பட்டு யாருக்கோ காத்திருப்பதுபோலத் தனித்திருந்தது.

8

வீதி வெறிச்சோடியிருந்தது. சைக்கிளில் தனியாக வீட்டுக்கு வந்தவாறு இருந்தான். வழமையாக சைக்கிளின் மற்றபக்கம் அவனோடு சமாந்தரமாக நதீசனும் வருவான்; அவன் இல்லாத வெறுமை அந்நியமாக இருந்திற்று.

"தம்பி இந்தப்பக்கம் போகேக்க கவனம்", என்றார் முன்னே சைக்கிளில் வந்தவர்.

"ஏன்?"

"இரண்டு மணித்தியாலம் முன்னம் அதில இருக்கிற ஆமிகாம்புக்கு கிரனைட் எறிஞ்சுட்டு ஓடிட்டாங்கள், ஒரே கலவரம். ஆமிக்கு எதுவும் சேதம் இல்ல; இப்ப ரோட்டால போக விடுறான்; இருந்தாலும் கவனம்" என்றார்.

சரி என்றவாறு அவருக்குத் தலையாட்டிவிட்டு பாதையை மாற்றாமல் நேராகவே மிதித்துச் செல்லத் தொடங்கினான். இரண்டு சிப்பாய்கள் வெளியே நின்றார்கள். உடலில் பதற்றம் இருப்பதுபோலத் தெரியவில்லை. நெருங்கிச் செல்ல முகாமுக்கு அருகே தரையில் ஏதோ தென்பட கண்கள் அதை நோக்கி விரிந்தன. இரண்டு நாய்கள் அலங்கோலமாகப் படுத்திருக்கும் தோற்றம் என்பது மெல்லப் புரியலாயிற்று.

வயிறு பிய்ந்து குடல் வெளியே வெளித் தள்ளியிருக்க, முகம் முற்றிலும் சிதைந்து கோரமாகச் சதைக்குவியலாக உருக்குலைந்து கிடந்தன. செந்நிற உடலின் இரத்தம் சிதறிப் பரந்து வீதிவரை வழிந்திருந்தது. அவன் சைக்கிள் டயர் இரத்தத்தை மிதித்துக் கடந்தது.

வீட்டுக்கு வந்தவுடன் சைக்கிளை வெளியே நிறுத்திவிட்டு உள்ளே அவசரமாக ஓடிச்சென்றான். முகத்தில் அறைந்து அழ வேண்டும் என்று முயன்றாலும் அழுகை துளிர்க்காமல் ஒவ்வாமையே அவன் குடலுக்குள் பிசைந்தது. நடுக்கத்துடன் உள்ளங் கைகளைத் திருப்பிப் பார்த்தான். வியர்வையில் ஈரமாயிருந்தன.

9

"இங்கே என்னால இருக்க ஏலாது; நாட்டைவிட்டு வெளியேற வேண்டும்" நதீசன் சொல்லிவிட்டு இமைகளைப் பாதி தாழ்த்தித் தேநீர் டம்பிளரைப் பார்த்தான். விரல்கள் டம்பிளரின் நுனியைத் தடவின. பின்னர் நிமிர்ந்து "உதவ முடியுமா?" என்றான்.

நதீசன் அவனைத் தேடிவந்தது மிகுந்த ஆச்சரியத்தைத் தந்தாலும், கொதிக்கும் நீர்க்குமிழிபோல் அவன் அவதியுற்றான். தேநீர்க் கடையிலிருந்தவர்களின் முகங்களைப் பார்ப்பதை இருவரும் தவிர்த்துக் கொண்டிருந்தார்கள்.

"அண்ணா எங்கே?" என்றான்.

"செத்துட்டார்; நானும் உடலைப் பார்க்கவில்லை" என்றபோது சுருள்சுருளாக அவனது இதயம் கழன்றது.

"கடைசிச் சண்டையிலயா?"

"ம்ம்..." என்றுவிட்டுத் தேநீரை உறிஞ்சினான்.

சமீபத்தில் அவுஸ்ரேலியாவுக்குப் படகில் வெற்றிகரமாகச் சென்று சேர்ந்த கணாதீபன் அண்ணாவை அவனுக்குத் தெரியும். அவரின் வீட்டுக்காரரைக் கேட்டுப் பயண முகவர்களுடன் தொடர்பு கொள்ளலாம். "சரி நான் விசாரிக்கிறேன்," என்றான்.

"நன்றி மச்சான்" என்று சொல்லிவிட்டு ஒடுங்கிய உடலுடன் தொப்பியை இன்னும் முன் நெற்றியோடு முகத்தையும் மறைக்கும் வகையில் இழுத்துவிட்டதைப் பார்க்க ரோஸ்கி தலையைச் சாய்த்து வாலாட்டுவது அவனுக்குச் சட்டென்று நினைவுக்கு வந்தது.

கணாதீபனின் அப்பா ஒரு தொலைபேசி இலக்கத்தை பேப்பரில் எழுதிச் சுருட்டி உள்ளங்கையில் அழுத்தி வைக்கும்போது "கவனம்" என்றார்.

முதல் இரண்டு தடவை அழைக்கும்போது அலைபேசி அணைக்கப்பட்டே இருந்தது. மூன்றாவது முறை அழைப்பு சென்றது, யாரும் எடுக்கவில்லை. நான்காவது தடவை எடுக்கும்போது காற்றின் இரைச்சலுடன் குரல் கேட்டது. விஷயத்தைச் சுருங்கச் சொன்னான். இன்னுமொரு அலைபேசி இலக்கத்தை தந்து அதற்கு எடுக்கச் சொன்னார்கள்.

"அவுஸ்திரேலியாவுக்கு இப்ப ஆக்களை இறக்குறம்; இவர் குடும்பமோ தனியாளோ?"

"இவர் தனியத்தான், ஓராள்தான்."

"என்ன வயசு அவருக்கு?"

"பத்தொன்பது.."

"கடல் பயணமெல்லாம் அவருக்கு ஒகேயோ?"

"அதெல்லாம் ஓகே; அவருக்குப் பிரச்சினை இல்லை."

"சரி... நாப்பது முடியும், முதல்ல பத்தை தரணும்; ஏறும்போது இருபது தரணும்; இறக்கிவிட்டவுடன் மிச்சம் பத்தைத் தந்தாச் சரி."

நதீசனிடம் விஷத்தைச் சொன்னபோது, அவன் கண்கள் வற்றிய குளத்தில் உருளும் மீன்கள் என விட்டு விட்டுத் துடித்தன. "அவ்வளவு காசுக்கு நான் எங்கடா போறது?" என்றபோது அவனில் எரிச்சல் முகிழ்ந்து வெறுப்பாகக் கசிந்தது. தன்னைச் சமநிலைப்படுத்தி சற்றுச் சீறலாக "சரி, இப்ப என்ன செய்யலாம் என்கிறாய்?" என்றான்.

"வேறே ஏதும் நாட்டுக்கு போக முடியாதா?"

"தெரியல"

"பிளீஸ் மச்சான், நீதான் எனக்கு உதவனும்; தினமும் வந்து பிடிப்பார்களோ என்று சொந்தக்காரார் வீடு வீடாக இரவுல மாறிப் படுக்கிறேன். எல்லாரும் ஒரு மாதிரிப் பார்க்கினம். இதுக்கு மிஞ்சி என்னால முடியாது" என்று சொல்லி முடிக்க அவனது வயிற்றில் கூர்மையான குளிர்ந்த உலோகக் கம்பி இறங்கி அமிழ்ந்து புரண்டது.

10

நதீசன் புத்தளத்துக்கு அவனுடன் சென்று சேர்ந்தபோது, பொழுது புலர்ந்துகொண்டிருந்தமை பேருந்து யன்னலுக்கால் தெரியத் தொடங்கிற்று. தூரத்தில் ஒலிபெருக்கியில் தொழுகைக் கான அதான் ஒலி கேட்க ஆரம்பித்திருந்தது. செல்ல வேண்டிய முகவரியை பொக்கற்றுக்குள்ளிருந்து எடுத்து விரித்துப் பார்த்தான். கசங்கிய எழுத்திலிருந்ததை வாசித்துவிட்டு முச்சக்கர வண்டியைப் பிடித்து ஏறியமர்ந்தார்கள். வழி நெடுகிலும் நதீசனது முகத்தை அடிக்கடி பார்த்தவண்ணம் அவன் அமர்ந்திருந்தான். புலரியோடு சேர்ந்து அவன் முகத்தில் இருந்த இருளும் நீங்கிச் செல்வதாக அவனுக்குள் தோன்றிற்று.

"இங்கே தங்கிக்கலாம்", அவர் காட்டிய இடத்தைப் பார்த்தார்கள். சிறிய அறைதான். ஒரு கட்டிலும் மடித்து

வைக்கப்பட்ட போர்வையும் இருந்தன. தன் தாடியை வருடிக்கொண்டு, "ஓராள் என்றுதானே நானா சொன்னார்" என்றார்.

"ஓம் நான் இவரை விட்டுட்டு வெளிக்கிட்டிடுவன், இவர்தான் ஆள்" நதீசனைச் சுட்டினான். அவன் அமைதியாக இருந்தான்.

அவர் திருப்தியாகத் தலையை ஆட்டினார். சரியாகக் காலை பதினொரு மணி பேருந்தைப் பிடித்து யாழ்ப்பாணத்திற்குப் புறப்பட முன்னர், அவனது கைகளை நதீசன் அழுத்திப்பிடித்து "நன்றி மச்சான்", என்றுவிட்டு உடல் தழுவக் கட்டிப்பிடித்தான். "போய்ச் சேர்ந்த பின்னர் தொடர்புகொள்கிறேன் மச்சான்", இடுப்பில் கைவைத்தவாறு ஆகாயத்தை அண்ணாந்து பார்த்தான்.

அன்றுதான் அவன் நதீசனைக் கடைசியாகப் பார்த்தது. அவனைப் புத்தளத்தில் விட்டபின், பிணைக்கப்பட்ட சங்கிலியைக் கழற்றி எறிந்ததுபோல் நிம்மதியாகவும் உணர்ந்தான். சரியாக எட்டு நாட்களின் பின்னர் பாண்டிச்சேரிக்குப் போய்ச்சேர்ந்ததாகவும், சொன்னபடியே ஒரிஜினல் பாண்டிச்சேரி கடவுச்சீட்டைப் பெற்றுக்கொள்வதில் எந்தப் பிசகும் நடக்கவில்லை என்றும் சொன்னான். அவன் சொல்லிமுடிக்க நிம்மதியாக காற்றில் ஒரு குத்துவிட்டான்.

11

கட்டுநாயகா விமானநிலையக் குடியகல்வு பிரிவில் தன் கடவுச்சீட்டை கொடுத்துவிட்டு அவரை நிமிர்ந்து பார்த்தான். ஸ்கானரில் கடவுச்சீட்டை ஒற்றி எடுத்துவிட்டு, அவன் முகத்தைக் கூர்ந்து பார்த்தார். "இங்கிலாந்துக்கு என்னத்துக்குச் சென்றீர்கள்?" என்றார் ஆங்கிலத்தில்.

"படிப்பதற்கு"

"எந்தப் பல்கலைக்கழகம்?"

அதையும் சொல்லிவிட்டு முதுகலைப் பட்டப்படிப்பின் பெயரையும் சொன்னான். அவர் ஒரு நிமிஷம் என்று சைகை காட்டிவிட்டு, அருகிலிருந்து தொலைபேசியை எடுத்தார். இன்னுமொரு குடியகல்வு அதிகாரி வெள்ளுடையில் வந்தார். இரண்டுபேரும் சிங்களத்தில் தங்களுக்குள் பேசிக்கொண்டார்கள். பின்னர், புதிதாக வந்த அதிகாரி, "எங்கே செல்கிறீர்கள்?" என்றார். "யாழ்ப்பாணத்திலிருக்கும் வீட்டுக்கு", என்றான். அவர்

அவனது கையில் கடவுச்சீட்டைத் தந்துவிட்டு, "சரி நீங்கள் போகலாம்", என்றார்.

ருத்திராதேவி புகையிரதத்தில் ஏறி யாழ்ப்பாணம் சென்றுகொண்டிருக்க, அதிகாரிகள் தன்னைத் தடுத்து நிறுத்தியதை யோசித்துக்கொண்டே இருந்தான். அனுராதபுர வயல்கள் கடந்துகொண்டிருக்க தூரத்தில் மூன்று நாய்கள் நெற்குவியல்களுக்கிடையே உருண்டு புரண்டு விளையாடிக் கொண்டிருந்ததை அவனது கண்கள் நோக்கின.

12

சரியாக இரண்டு வருடத்தின் பின்னர், இங்கிலாந்திலிருந்து வீட்டுக்குத் திரும்பியிருந்தான். சிலந்தி வலைகள் யன்னலின் ஓரங்களில் படந்திருந்தன. இங்கிலாந்து நேரப் பழக்கம், இலங்கை நேரத்துக்கு ஏற்ப மனதில் மாறவில்லை. நித்திரை வராமல், மின்விசிறியை இயக்கிவிட்டுத் தொலைக்காட்சியில் அமிழ்ந்தான். வாசல் கதவை தட்டும் சத்தம் பலமாகக் கேட்க ஆரம்பித்தது. படுக்கையிலிருந்து கலைந்த தலையுடன் அம்மா எழுந்து வந்தார். பார் தடியை விலக்கிவிட்டுக் கதவைத் திறக்க அவனைத் தள்ளிக்கொண்டு அவர்கள் உள்ளே நுழைந்தார்கள்.

"நாங்கள் குற்றப் புலனாய்வுத்துறையிலிருந்து வருகிறோம்; எங்களுடன் வரவேண்டும் விசாரணைக்கு."

சொன்னவரின் தோரணையில் அதட்டல் இருந்தது. சிவில் உடையில் இருந்தார்கள். அவன் மனம் நொறுங்கிய கண்ணாடித் துண்டங்கள் ஒட்டிக்கொள்ள முயல்வதுபோலக் குழம்பியது. அம்மா திகைத்து நின்றார். பின்னர் சுதாரித்துக்கொண்டு, "ஏன், என்னத்திற்கு? இப்ப உங்களோட அனுப்ப ஏலாது; காலையில நானே பொலிஸ் ஸ்டேஷனுக்குக் கூட்டிட்டு வாறேன்", என்றுவிட்டுத் தூங்கிக்கொண்டிருந்த அப்பாவைச் சத்தமிட்டு எழுப்பினார். ஒருவர் அம்மாவை பொருட்படுத்தாது உள்ளறைக்குள் நுழைந்து அவனது பயணப் பைகளைக் கிளறிக் கடவுச்சீட்டு, கைத்தொலைபேசி, மடிக்கணினியோடு வந்தார்.

அவனைத் தரதரவென்று வெளியே இழுத்துச் செல்ல, அம்மா அவர்களுக்கு இடையில் புகுந்து இரண்டு கைகளையும் அகலவிரித்து மறித்தார். முன்னம் இருந்தவர் "தள்ளிப் போ", என்றபடி கைகளை வீசினார். தடித்த கைகள் அம்மாவின் இடப்பக்கச் செவிட்டில் விழ, காதில் அணிந்திருந்த தோடு

கழன்று வாசல்படிகளில் துள்ளித்துள்ளி உருண்டோடியது. அம்மா சரிந்து நிலை தடுமாறிக் கீழே விழும்போது அப்பா ஓடிவந்தார்.

அவனை இழுத்துச்செல்ல, வாசல் படியிலிருந்த அம்மாவின் தோடு பெருவிரல்களுக்கு இடையிலிருந்த சதையில் குத்திச் சிக்கிக்கொண்டது. நொண்டியபடி இழுபட்டுச் செல்ல, கேற்றடியில் வெள்ளை வேன் நிற்பதைக் கண்டான். உடல் முழுவதுமாகக் குளிர்ந்து பிடரி விறைத்தது. யாரோ பின் மண்டையில் அடித்தார்கள். உடனே சாக்கை எடுத்து முகத்தை ஒருவர் மறைக்க, மற்றொருவர் வாய்க்குள் பழந்துணியை அடைத்தார். சங்கலியால் பின்புறமாக கைகள் கட்டப்பட்டு வேனுக்குள் தள்ளப்பட்டான். எல்லாமே வினாடிகளுக்குள் நடந்து முடிந்திருத்தன. மூச்செடுக்க சிரமப்பட தொண்டைக்குள் துணிச் சுருள் சிக்கியுழ, உமிழ்நீர் சுரக்க தொண்டை கரகரத்தது. பயம் ஒரு தடித்த போர்வையாக அவனை மூடிக்கொள்ள ஒடுங்கினான். அவன் கழுத்தைச் சப்பாத்துக் கால்கள் வேனின் தரையோடு அழுத்தின. தொலைவில் நாயொன்றின் ஊளை தெளிவாக கேட்டதை அவன் செவிகள் உணரலாயிற்று.

13

"உனக்கும் நதீசனுக்கும் என்ன தொடர்பு?" மிகத் தூய தமிழில் கேட்டபோது, அதில் இல்லாத பிசிர் அவனை அச்சூழலிலும் வியப்பில் ஆழ்த்தியது. தடுமாறி நிமிர்ந்திருந்தான். தலைக்கு மேல் சிறிய மஞ்சள் மின்குமிழ்; ஒடுங்கிய சிமெந்து அறை.

"எந்த நதீசன்?"

கையிலிருந்த கோப்பைத் திறந்து புகைப்படத்தைக் காட்டினார். நெஞ்சுப் பகுதிக்கு மேல் எடுக்கப்பட்ட புகைப்படம். இறுதியில் நதீசனைப் பார்த்ததற்கும் புகைப்படத்தில் இருப்பதற்கும் நிறையவே மாறுதல். மீசையும் புருவ அடர்த்தியும் இன்னும் இறுக்கமானவனாக அவனைக் காட்டியது.

"பாடசாலையிலிருந்து படித்துவந்த நண்பன்" என்றான் தடுக்கி உடையும் குரலில்.

"புலிகள் அமைப்பில் இருந்திருக்கிறார்; இறுதி யுத்தத்தில் சரணடையாமல் தப்பித்திருக்கார்; தப்பித்தவனை நாட்டைவிட்டுத் தப்பிச்செல்ல நீ உதவி இருக்காய்! வேறு யார்யாருக்கு உதவினாய்? இலண்டனில் படிப்பதற்குச் சென்ற பேரில் என்ன செய்தாய்? டயஸ்பெரா அமைப்புகளுடன் இலங்கைக்கு எதிரான ஆர்ப்பாட்டங்களை ஒழுங்கமைத்தாய் தானே?"

"இல்லவே இல்லை; நதீசன் என் குளோஸ் பிரண்ட்; இங்கிருக்க பயமாக இருக்கு என்றான். அதனால நாட்டை விட்டுப்போக உதவி செய்தேன். வேற யாருக்கும் நான் உதவி செய்யல. வேற ஒண்டும் எனக்குத் தெரியாது!" என்றான்.

"உண்மையை மட்டும் சொல்லு; வீணாகச் சித்திரவதைக்கு உள்ளாகாதே, நதீசனைக் கைது செய்திட்டோம். அவன் எல்லாவற்றையும் சொல்லிவிட்டான்; திரும்பவும் விடுதலைப்புலிகள் அமைப்பை ஒன்றிணைக்கத்தானே திட்டம்?"

அவனுக்குத் தலை கிறுகிறுத்தது. சீராகச் சுவாசிக்க முடியவில்லை. மீண்டும் பொறுமையாக விளக்கினான். இறுதியில் அவன் பயந்தது போலவே நடக்க ஆரம்பித்தது. தரையோடு தரையாக அழுத்திவைத்து இரும்புத் தடிகளாலும் பொல்லுகளாலும் தேகம் எங்கும் அடிக்கத் தொடங்கினர். மூச்செடுக்கத் தவிக்கும் எலிபோல் அல்லலுறத் தொடங்கினான். தேகம் சிதைந்தது. சூடாக்கிய உலோகக் கம்பியை முதுகில் அழுத்தினார்கள். உடல் துள்ளித்துள்ளி அடங்கியது. புகைந்த சிகிரெட்டை நெஞ்சில் அழுத்தினார்கள். ஈனமான குரல், "அம்மா அம்மா" என்று அரற்ற, வாயால் எச்சில் வடிந்து தரையில் கோடாக ஒழுகியது. வலி பொறுக்க இயலாமல் ஒன்பதாவது தடவை மயங்கிச் சரிந்தான்.

மீண்டும் மீண்டும் ஒரே கேள்விகள் வெவ்வேறு அதிகாரிகள் வெவ்வேறு தோரணையில் கேட்கத் தன்னிலை தவறினாலும் திரும்பத்திரும்ப ஒரே பதிலைச் சொல்லிக்கொண்டே இருந்தான். ஏறக்குறைய ஒரு வாரம் அதே சித்திரவையும் கேள்விகளும். இரவில் மட்டும் உணவு. கருவாடும் சோறும், சில வேளை பால்சோறு இரும்புத் தட்டில் வரும். அப்போது மட்டும் பிணைக்கப்பட்ட சங்கிலியைக் கழற்றிவிட்டார்கள். அவனுக்குத் துணையாகச் சதையில் புதைந்துவந்த அம்மாவின் தோடு மட்டும் அவனுடன் தனித்திருந்தது. தனிமையில் உள்ளங்கையில் தோட்டை வைத்துச் சிதைந்த அவனது நீள் விரல்களால் வருடிக்கொள்வான்.

"உன்னை கொல்லச் சொல்லி உத்தரவு வந்திருக்கு; ஒரு உதவி மட்டும் செய்யலாம். இருபது லட்சம் சல்லி தந்தால் உன்னை விடுகிறோம்", அந்த அதிகாரி அவன் நாடியைப் பிடித்து நிமிர்த்திச் சொன்னபோது அவர் முகத்தைப் பார்க்க முடியாத அளவுக்கு இவனது இமைகள் ஊதித் தடித்துக் கண்களை மறைத்திருந்தன. அவர்கள் தந்த அலைபேசியில் வீட்டு இலக்கத்தைத் தடுமாறி அழுத்திக் கொடுத்தான். அழைப்பு செல்ல

அறையை விட்டு நீங்கினார்கள். உண்டு முடித்த சாப்பாட்டுத் தட்டருகே அவிழ்த்துவிட்ட கைச்சங்கிலி அநாதரவாக இருந்ததைக் கை தட்டிற்று.

14

பொலநறுவையில் தென்னத்தோப்புகள் மத்தியில் இருந்த அப்பாவின் சிங்கள நண்பர் ஒருவரின் வீட்டுப் படுக்கையறையில் அவன் இருந்தான். நீண்ட நாட்களின் பின்னர் பஞ்சு மெத்தை அவனது உடலைத் தீண்ட, புதைந்து தூங்கினான். உடல் காயங்கள்மீது மருந்துடன் தேனும் கலந்து தடவப்பட்டிருந்தது. வாசலுக்கு வெளியே தணிந்த குரலில் அவரது அப்பாவும் அவர் நண்பரும் பேசிக்கொண்டிருந்தார்கள்.

விமானநிலையம் வரை புதிதாக ஒருவர் வெள்ளுடையில் வந்தார். "இவர்தான் பெர்னாண்டோ; இமிகிரேஷனில் சிக்கலில்லாமல் கடக்கும்வரை உதவி செய்வார், உன்னுடனே வருவார்", என்றார் அப்பா.

"எப்படி ?" என்றான் சுரமற்ற குரலில்.

"இவர் இமிகிரேஷனில்தான் வேலை செய்கிறார்" என்று மௌனமாகிவிட்டு, இறுகிய குரலில் பலமுறை சொன்னதைத் திரும்பவும் சொன்னார். "உன்னை விடும்போது பாஸ்போர்டைத் தந்துதான் விட்டாங்க, கஸ்டடியில் இருக்கும்போது தப்பிச்சு விட்டதாக சி.ஐ.டி. பதிவுசெய்து இருக்கு. இலங்கையில இருந்தா திரும்பவும் பிரச்சினையாகும் என்பதில் வலு தெளிவாக சொல்லிட்டினம். நீ லண்டனில இறங்கினவுடன் கையைத் தூக்கவேணும். காயங்கள் எல்லாத்தையும் காட்டு", என்றார்.

உள்ளம் உள்ளொடுங்கியது. இதெல்லாம் சரியாக வருமா என்று அவனது மனம் அலைக்கழிந்தது. சோர்வு கவிய வேனின் பின்சீட்டில் தூங்கிச் சரிந்தான்.

15

பிரிட்டிஷ் பயணிகள் இவ்வழியில் செல்லவும், ஐரோப்பிய நாட்டவர்கள் இவ்வழியில் செல்லவும், மற்றையவர்கள் இவ்வழியில் செல்லவும் என்ற பதாகைகளை வாசித்து அதற்கேற்ப நடக்கத் தொடங்கினான். ஆசிய முகங்கள் அவனுடன் மேலும் சேர்ந்தன. எல்லோர் கைகளிலும் கடவுச்சீட்டும், பூர்த்தி செய்யபட்ட தரையிறங்கும் விண்ணப்பச் சீட்டும் இருந்தன. இழுத்துச்செல்லும் சில்லுபூட்டிய சூட்கேஸ்கள் வழுக்கிச் செல்லாயின.

குடியகல்வு பிரிவில் நீண்ட வரிசையாகப் பயணிகள் காத்திருக்கத் தொடங்கினார்கள். கால்விரல்கள் விறைப்புக் கொள்ளத் தன் முறைக்காகக் காத்திருக்கலானான். "நெக்ஸ்ட் பிளீஸ்" என்ற குரல் விழ ஒரு கணம் தயங்கிக்கொண்டு அவ்விடத்தை அடைந்தபோது, கண்ணாடிக் தடுப்புக்கால் கையை நீட்டியபடி அவன் முகத்தைப் பார்த்தார் அதிகாரி.

கடவுச்சீட்டைக் கொடுத்துவிட்டு, "என்னால் நாட்டுக்குத் திரும்பிச்செல்ல முடியாது. என் உயிர் நாட்டில் அச்சுறுத்தலுக்கு உள்ளாகியுள்ளது. போனால் கொல்லப்படுவேன்; அகதி அந்தஸ்து கோருகிறேன்" என்றான். அவன் குரல் அவனுக்கே அந்நியமாக ஒலித்ததை கண்டு வியப்புற்றான். கடவுச்சீட்டைப் புரட்டிய விரல்கள் எந்த மாறுதலுமின்றி ஓய, "ஒரு நிமிடம் காத்திருங்கள்", என்றுவிட்டு வெளியே நடந்துசென்றார் அதிகாரி. சில நிமிடத்தில் கடும் நீலநிறத்தில் சீருடையணிந்த இன்னுமொரு அதிகாரியோடு வந்தார். இப்போது அவர் கையில் அவனது கடவுச்சீட்டு இருந்தது.

"நீங்கள் என்னுடன் வாருங்கள்", என்று சொல்லிவிட்டு நடக்கத் தொடங்க, அவர் பின்னே அவன் நகரலானான். வரிசையில் நின்ற மிச்சப் பயணிகளின் கண்கள் அவன் முதுகைத் துளைப்பதுபோல் இருந்தது.

16

"உங்களுக்கு மருத்துவ உதவி தேவையா?" நினைவில் இருந்து விடுபட்டுச் சுதாரித்து,"தேவை" என்றான். அவர் பச்சை விழிகளால் அவனைத் திரும்பிப் பார்த்துவிட்டு, "பசிக்கிறதா?" என்றார்.

அவன் யோசித்துவிட்டுச் சிலுவையிடுவதுபோல மேலும் கீழும் தலையை ஆட்டினான்.

சற்று நேரத்தில் சூடாக்கப்பட்ட கடலையும், பிளந்த பாண் துண்டங்களும் மீன் துண்டங்களுடன் தட்டில் வந்தன. வேகமாகச் சாப்பிட்டு முடிக்கத் தண்ணீர் போத்தலை நீட்டினார். அவன் வேண்டாம் என்று சைகை காட்ட, இன்னுமொரு சிறிய குடுவையை நீட்டினார். உள்ளே உலர்ந்த பேரீச்சம் பழங்கள் கொட்டைகள் நீக்கப்பட்டு நீளமாகவிருந்தன.

உடல் சமநிலைக்குத் தேறிவருவதாக உணர அவனது நாக்கில் பேரீச்சம்பழத்தின் சுவை எஞ்சியிருந்தது. அறையின் கதவைத் திறந்துகொண்டு இளம்பெண் காவலதிகாரியொருவர் கையில் கோப்புக்களுடனும் இன்னுமொரு கை சங்கிலியை

பற்றியிருக்கவும் வந்தார். அவரது பொன்னிற முடிகள் உயர்த்தி முடிச்சிடப்பட்டு அலிஸ்பான்ட் இடப்பட்டிருந்தது. சங்கிலியின் மறுமுனையில் கழுத்துடன் பிணைக்கப்பட்ட மோப்பம் பிடிக்கும் சடைத்த நாயொன்றில் இருந்தது. வாய்க்கு வெளியே நாயின் நாக்கு சாதுவாகத் தொங்கியபடியிருந்தது.

அவனை நிமிர்ந்து பார்த்துவிட்டு, உண்டு முடித்த சாப்பாட்டுத் தட்டை நிதானமாகப் பார்த்தது. மேசையில் அநாதரவாய் தட்டு இருந்திற்று. அவனது முழங்காலை முகர்ந்துவிட்டு நாக்கை சுழற்றி உள்ளங்கையை சட்டென்று நக்கியது. திடுக்கிட்டு உள்ளங்கையைத் திருப்பிப் பார்த்தான்; வற்றாத எச்சில் கையில் குளிர்ந்தது. அவன் கண்கள் கொட்டையற்ற மிகுதிப் பேரீச்சம்பழங்களைத் தேடின. பின்னர், பொக்கற்றிலுள்ள தோட்டை கை துழாவத் தொடங்கியது.

விகடன் தடம், 2019

கதிர்ச்சிதைவு

1

சரியாகப் போன டிசம்பர் மாதத்தில் லோகாவின் கண்முன்னே ஜேம்ஸின் காலரைப் பிடித்து இழுத்து அவனது நீண்ட சதுர நெற்றியை பியர் போத்தலினால் தாக்கியிருந்தேன். கை வழுக்கிச் சென்றதால் சரியாக அவனை அடிக்கமுடியவில்லை. போதை தெளிந்த பின்னர் அதற்காக மகிழ்ச்சியடைந்தாலும் சுயவெறுப்புக்கு ஆளானேன். லோகாவின் நீலக் கண்கள் அப்போது ஈரமாகிப் பின்னர் இருண்டு சென்றதை இன்னும் துல்லியமாக நினைவு கூர இயல்கிறது. சரியாக ஏழு மாதங்களும் இரண்டு நாட்களுமாக லோகாவும் நானும் சேர்ந்து வாழ்ந்திருந்தோம். இங்கிலாந்திலுள்ள கேம்பிரிட்ஜில் நகரிலிருந்து மூன்று மைல் தூரம் தள்ளியிருக்கும் கிராமத்தில், வயல்கள் நிரம்பிய பிரதேசத்தில், இயற்கைக் காற்று தழுவ வாடகை குடியிருப்பில் வசித்துவந்தோம். எங்களுக்குள் காதலும் காமமும் செந்தணலாக எரிந்தும் அணைந்தும் கொழுந்துவிட்டுப் பரவிக்கொண்டிருந்தது.

லோகாவை நான் முதன்முதலில் சந்தித்தது லண்டன் விக்டோரியா குழாய்வழிப் புகையிரத நிலையத்தில். ஓயிஸ்டர் பிரயாண அட்டைக்குப் பணம் நிரப்பிக் கொண்டிருக்கும்போது தடுமாறியபடியே இருந்தாள். அருகிலிருந்த மற்றைய இயந்திரத்தில் பணம் நிரப்பிக்கொண்டிருந்த

என்னிடம் அவளாகவே உதவி கேட்டாள். பணத்தாளை உள்ளெடுக்க அவள் இயக்கிய இயந்திரம் மறுத்துக்கொண்டே இருந்தது. நானும் அவளுக்கு உதவும் முகமாக மீண்டும் முயன்று பார்த்தேன்; பின்னர் திரையில் ஓடிய செய்தியைப் பார்த்துவிட்டுக் கடன் அட்டையை மட்டுமே தற்சமயம் இயந்திரம் உள்ளெடுக்கும் என்பதைச் சொன்னேன். அவள் அதை நோக்கிவிட்டுக் கவனிக்கவில்லையே என்று நாணிச் சிரித்தாள். அவளிடம் பணம் மட்டுமே இருத்தது. வீட்டில் வங்கியட்டையைத் தவறவிட்டு வந்திருந்தாள். நானே பத்து பவுனுக்கு என் வங்கியட்டையிலிருந்து பணம் நிரப்பிக் கொடுத்தேன். அவள் பத்துப் பவுனை என்னிடம் நீட்டும்போது தயக்கமாக வாங்கிக்கொண்டேன்.

அதற்கு அடுத்தவாரம் மிகத் தற்செயலாக அவளைக் கண்டேன். நான் வேலை பார்த்துவந்த பல்கலைக்கழகத்திற்கு அருகாமையிலிருந்த ஐரிஷ் மதுச்சாலை ஒன்றில் அந்தச் சந்திப்பு நிகழ்ந்திருந்தது. மது அருந்தும்போது பெரும்பாலும் தனிமையிலே மது அருந்துவதே என் வழமை. என் பணிகளும் பெரும்பாலும் தனிமையில் கழிவது. குளிரூட்டப்பட்ட ஆய்வகத்தில் இரவு நேரத்தில் எனக்கான பணிகள் இருக்கும். சில சமயம் காலையில். காலை நேரப் பணிகள் முடிந்தபின்னர் மாலைப்பொழுதொன்றில் மதுவருந்த வரும்போது மீண்டும் லேகாவைச் சந்தித்தேன்.

வெளியே புகைக்க வந்திருந்தபோது மழை தூறிக்கொண்டிருந்தது. மழைக்குக் காப்பெடுத்துத் சுவரோடு ஒற்றிநின்று புகைக்கும்போது ‘உங்களிடம் தீமூட்டி இருக்கிறதா?’ என்று என்னை வினவியதே என்னிடம் அவள் கேட்ட முதல் கேள்வி. நான் என் பொக்கற்றில் மாறிமாறித் தேடியபோது பொறுமையிழந்து என் சிகிரெட்டை வாங்கித் தன்னுடையை சிகிரெட்டில் பொருத்தி ஊதி இழுத்து நளினமாகப் பற்றவைத்தாள். ஆழ்ந்து இழுத்துவிட்ட புகை மெல்லிய சாம்பல் பாம்பாக அவளது மூக்கிலிருந்தும், வாயிலிருந்தும் மேலெழுந்து சென்றது. மை தீற்றப்பட்ட அவளது இமைகள் மென்நீலக் கருமணிகளைக் கவிழ்ந்து ஒரு பட்டாம்பூச்சிபோல அசைந்தது. “மன்னிக்கணும் என் பெயர் லோகா, உங்களைச் சந்தித்ததில் மகிழ்ச்சி” என்று சொல்லியவாறு கைநீட்டினாள். நாங்கள் இருவரும் முன்னரே சந்தித்திருந்தை ஒரே நேரத்தில் நினைவுகூர்ந்து ஆச்சர்யம் அடைந்தோம். என் பெயரைச் சொல்லிக் கை நீட்டினேன்.

அவளது வலது முழங்கைக்குக் கீழே தேவநாகரி வரிவடிவமும், சமஸ்கிருத எழுத்துகளும் வரிவரியாக நீல

நிறத்தில் மணிக்கட்டுவரை பச்சையாகக் குத்தப்பட்டிருந்தன. இந்தியாவுக்குச் சென்றிருக்கும்போது காசியில் வெறும் நாற்பது பவுண்டுகளுக்கு அதைப் பதித்ததாகச் சொன்னாள். எங்களுக்கான உரையாடல் உபநிஷத்தில் ஆரம்பித்து உளவியல் வரை சென்றது. அவள் தபால்த்துறையில் பணிபுரிபவள். மீண்டும் மீண்டும் புகைத்துக்கொண்டே கதைத்துக்கொண்டிருந்தோம். மழையடங்கியிருந்தது, இருவரும் உள்ளங்கையை அழுத்தமாகப் பற்றிக்கொண்டு தோள்மூட்டு உரச ஒரு நடை சென்றுவிட்டு மீண்டும் வந்து மதுவருந்தினோம். அவள் இந்தக் கிராமத்துக்கு வந்து சிலவாரங்களே ஆகியிருந்தன. ஒரு காதல் பிரிவில் தாங்கமுடியாத துயருக்குள் உள்ளாகி அதிலிருந்து மீளவே இடமாற்றம் பெற்றுக்கொண்டு இங்கே வந்ததாகச் சொன்னாள். புதிதாக அனைத்தையும் ஆரம்பிக்க வேண்டும் என்பதை மீண்டும் மீண்டும் என்னிடம் சொல்லிக்கொண்டிருந்தாள். மீண்டும் ஒரு நடை சென்றோம். எனக்குள் ஊறிய மது என் தயக்கங்களை அகற்றியிருந்தது. வெறுமை குளிர்ந்த காற்றிலிருந்து உற்சாகத்தை அள்ளியள்ளி என்மீது படியச் செய்தது. கையை இறுகப் பற்றியபடி நடந்தவாறே இருந்தோம்.

கோடை காலம் ஆகையால் சூரியன் வீழ்வதற்கு இன்னும் நாழிகைகள் இருந்தன. அப்போது சாலையின் மேல் நடுவே ஒரு வானவில்லைக் கண்டு லோகாவிடம் அதைச் சுட்டிக்காட்டினேன். அவள் நிமிர்ந்து பார்த்துவிட்டு "அற்புதம். மிக அழகான மாலைப்பொழுது" என்றாள். "சீரான அரைவட்டம்" என்றேன். "உண்மையில் வானவில் அரைவட்ட வடிவில் இருப்பதில்லை; முழுவட்ட வடிவிலே தோன்றும். நாம் காண்பது அரைவட்டத்தை மட்டும்தான்" என்றுவிட்டு, "வானவில் என்பதே கதிர்ச்சிதைவின் மூலம் தென்படும் கானல்நீர்தான்," என்றபடி என் தோள்மூட்டில் தன் நாடியைப் பதித்தாள். நான் லோகாவின் உள்ளங்கையை அழுத்திப் பிடித்தேன். பிரிட்டிஷ் பெண்ணொருத்தியுடன் நான் கழித்த அற்புதமான மாலைப்பொழுதாக அது மாறியது. மீண்டும் புகைத்தோம். புறப்படும்போது என் பிரடி மயிரைக் கோதி இழுத்து என் கன்னத்தில் முத்தமிட்டாள். ததும்பிய மதுபோதையிலும் சிகரெட் சுவையை மீறி அவளது வாசம் என்னுள்ளே எழுந்து நதியாகப் பரவியது.

மீண்டும் மீண்டும் சந்திப்புகள் எங்களுக்குள் நிகழ்ந்தது. ஒன்றாகத் தங்கிவாழ முடிவெடுத்தோம். அத்தனை வேகமாக ஒரு பெண் என் வாழ்க்கைக்குள் நுழைவாள் என்று எதிர்பார்க்கவும் இல்லை. அதேவேகத்தில் அவள் என் வாழ்க்கையை விட்டுத்

திரும்பியும் சென்றாள். எனக்கு ஜேம்ஸைப் பிடித்திருக்கு, அவனுடன் வசிக்கப்போகிறேன் என்று சொன்னபோது உள்ளுக்குள் கடுமையாக நொறுங்கிப் போனேன். என் அகங்காரம் கடுமையாகப் புண்பட்டது. ஜேம்ஸ் அவளது முன்னாள் காதலனின் நண்பன்.

நானும் அவளும் சேர்ந்து வாழ்க்கை முழுவதும் வாழப் போவதாக ஒப்பந்தம் ஏதும் எங்களுக்குள் இருந்ததில்லை. கொஞ்சநாள் தங்கிப் பார்ப்போம் என்றே முடிவு செய்திருந்தோம். இருந்தும் அவள் என்னை ஏன் பழைய ரப்பர் துண்டைப்போல எறியவேண்டும்? எனக்குப் பெரும் ஆக்கினையைத் தந்தது.

சரியாக அடுத்தநாள் மாலை லோகாவின் வீட்டில் பாதி முடிக்கப்பட்டப் பியர் போத்தலால் ஜேம்ஸின் மண்டையைப் பதம்பார்த்து அடித்தேன்.

2

ஜேம்ஸின் மண்டையைத் தாக்கிய பின்னர் லோகாவை நினைப்பதே கடும் எரிச்சலை உருவாக்கியது. ஏறக்குறைய ஒருவருடமாக எங்களுக்குள் எந்தத் தொடர்பும் இல்லாமல் இருந்தது. அவளிடம் மன்னிப்பு கேட்டு மின்மடல் அனுப்பி யிருந்தேன். 'உன்னிடம் இருந்து இதை எதிர்பார்க்கவில்லை, இருந்தும் புரிந்துகொள்கிறேன்,' என்ற குறிப்புடன் பதில் எழுதியிருந்தாள். பிற்பாடு தற்செயலாக பல இடங்களில் அவளைக் கண்டிருக்கிறேன். உரையாடியதை நான்கு வரிகளுக்குள் அடக்கிவிடலாம். ஆனால் இன்று அவளுடன் விரிவாகப் பேசியே ஆகவேண்டிய வதைக்கு ஆளானேன். நான் அழைத்தபோது அழைப்பை அவள் எடுக்கவில்லை. மீண்டும் இரண்டு முறை அழைத்தேன். பின்னர் வெறுப்பு கசிய என் கைத்தொலைபேசியைப் பார்த்தவண்ணம் இருந்தேன். சற்றுநேரத்தில் அவளிடமிருந்து அழைப்பு வரப் பாய்ந்து எடுத்துக் காதுக்குள் பொருத்தினேன்.

"லோகா"

"என்ன விஷயம், தொடர்ச்சியாக அழைப்புகள்; ஏதும் அவசரமா?"

"ஆமாம் உன்னுடன் பேசியாக வேண்டும்; அவசரம்"

"அடுத்தவாரம் சந்திக்கலாமா?"

“இல்லை இப்பவே பார்த்துப் பேச வேண்டும். அவசரம் என்று சொன்னனே …”

அவள் என்ன சொல்லப்போகிறாள் என்ற பதைபதைப்புடன் காத்திருந்தேன். ஒரு பெருமூச்சுடன் “சரி” என்று சொல்லவும் எனக்குள் மென்மையான அதிர்வுகள் எழுந்தடங்கின. காரை எடுத்துக்கொண்டு புறப்பட்டேன். விடுமுறை தினம் என்பதால் சாலைகளில் அத்தனை நெரிசல் இல்லை.

அழைப்பு மணியை அழுத்தியபோது எனக்காகக் காத்திருந்ததுபோல கதவைத் திறந்தாள். அவளது கேசங்கள் புரண்டுக் கழுத்தில் மோதின. கொஞ்சம் பருத்து அவளது மேனி பொன்னிறத்தில் மினுங்கி வளவளப்பாகியிருந்தது. அணைத்து சிநேகமாக என்னை வரவேற்றாள். நான் தயங்கியபடி நிற்க “உள்ளே வா,” என்றாள்.

மிகச்சிறிய வீடு. இரண்டு அறைகளும் சதுர விறாந்தையும் இருந்தன. என் குளிரங்கியைக் கழற்றிக் கொழுக்கியில் மாற்றி, பாதணிகளை நீக்கிவிட்டு உள்ளே நுழைந்து அமர்ந்தேன்.

“என்ன குடிக்கிறாய்? சூடாக ஏதாவது?”

“தண்ணீர் மட்டும் போதும்” என்றேன்

இரண்டு கிளாசுடன் வந்து என் முன்னே அமர்ந்தாள். பின்னர் ஏதோ யோசித்தவளாக “வா வீட்டுக்குப் பின்புறம் செல்வோம்,” என்று என் மறுமொழிக்குக் காத்திருக்காமல் எழுந்துசென்றாள். நானும் பின்தொடர்ந்தேன்.

வீட்டின் பின்புறம் அழகாகச் செதுக்கிக் கட்டப்பட்டிருந்தது. விரிந்த குடையின் கீழ் இரண்டு இருக்கைகள் இருந்தன.

முதலாவது மிரடை குடித்துவிட்டு அவளது கண்களைப் பார்த்தேன். “சரி, சொல்லு. என்ன பேச வேண்டும்?” என்றாள்.

நான் துணுக்கிற்றுப் பின்னர் மெல்ல மெல்ல என்னை இலகுவாக்கிக் கொண்டேன். கைகளை உரசிக்கொண்டேன்.

“நான் கடும் அமைதியிழப்புக்கு ஆளாகியுள்ளேன்.”

“ஏன்? தனிமையா?”

“இல்லை, சிறுவயதில் நிகழ்ந்த துரதிஷ்டவசமான சம்பவம் ஒன்று” அவளது கண்களைப் பார்த்தேன். நீலக் கருமணிகள்

நாகத்தின் வைரமணிகள் போல விரிந்து உள்ளீர்த்தது. நான் கதையைச் சொல்ல ஆரம்பித்தேன்.

3

அரியாலை நெடுங்குளம் பகுதியில் எங்களுக்கு ஒரு காணியும் வீடும் இருந்தன. உள்நாட்டுச் சண்டையால் அங்கிருந்து இடம்பெயர்ந்து கொடிகாமத்தில் ஆறுமாதம் தங்கியிருந்த பின்னர் மீண்டும் எங்களது கிராமத்துக்கு திரும்பியிருந்தோம். யுத்தம் முடிவடைந்த பூமியாகையால் எங்கும் வெற்றுத் தோட்டாக்களும் பட்ட தென்னை மரங்களுமாகவே சூழல் இருந்தது. வீடுவளவைத் துப்பிரவாக்கி அங்கு குடியிருந்தபோது எங்களது வீட்டுக்கு அருகே இன்னுமொரு குடும்பம் குடியிருக்க வந்தது. எறிகணை வீச்சில் குடும்பத் தலைவர் தங்கவேலு இறந்திருந்தார். அவரது மனைவி மலரும் இரண்டு பிள்ளை களுமே அங்கு வசிக்க வந்திருந்தனர். மூத்த பிள்ளைக்குப் பெயர் சக்கரவர்த்தி. மற்றையது அவனின் தங்கச்சி கேசவாணி. சக்கரவர்த்திக்கு என்னைவிட இரண்டு வயது குறைவு. மெலிந்த தேகமும் சுருட்டை முடியும் கொண்டவன். என்னுடன் விளையாட வேண்டும் என்று பின்னேரங்களில் வருவான். அவனில் இருந்து மொசட்டை வாசம் எப்போதும் வீசிக்கொண்டிருக்கும். எனக்கு துண்டரவே அந்த வாசம் பிடிக்காது. மிக வறுமையில் அவர்களது குடும்பம் இருந்தது. ஒருநாள் சாப்பாட்டுக்கூட அவர்கள் அல்லாட வேண்டியிருந்தது. அவர்கள் இருந்த காணியும் அவர்களது அல்ல, என் அப்பாவினதும் தமைக்கையினதும் காணி. என் அம்மாவின் தாயார் மரணப்படுக்கையில் இருந்தபோது மலர்தான் ஒத்தாசைக்குக் கூட இருந்திருந்தார் என்ற நன்றிக்கடனுக்காகத் தங்க அனுமதித்திருந்தார்கள். நீண்ட பனைச் சிலாகைகளை நட்டுச் சுவர் எழுப்பி, மண்ணால் மெழுகிக் கிடுகினால் கூரையமைத்துத் குடிசை கட்டித் தங்கியிருந்தார்கள். அம்மாவுக்கும் ஒரு பேச்சுத்துணை. அத்துடன் நில்லாமல் தேங்காய் உரிப்பது, முருங்கைக்காய் இலைகள் ஆய்வது, மரவள்ளிக்கிழங்கைச் கழுவிச் சீவி வெட்டுவது போன்றவற்றை மலரிடமே ஒப்படைத்துவிடுவார். அவரும் மறுப்பு ஏதும் சொல்லாமல் செய்துதருவார்.

எனக்கு விளையாடுவதற்குச் சக்கரவர்த்தி மட்டுமே துணையாக இருந்தான். அப்போது எனக்குப் பதினைந்து வயது. சுற்றாடலில் பெரும்பாலும் எறிகணை வீச்சில் சிதைவடைந்த வீடுகளே இருந்தன. மக்கள் அப்போதுதான் மீண்டும் மெல்லமெல்ல குடியேற வந்துகொண்டிருந்தனர். பெரும்பாலான

வீடுகள் பற்றைகள் மண்டிநிர்க்கதியாகக் காணப்பட்டன. நானும் சக்கரவர்த்தியுமாக அவ்வாறான வீடுகளுக்குள் சென்று விளையாடுவோம். ஆனால் எனது அப்பா கடுமையாக அதற்கு ஆட்சேபிப்பார். மிதிவெடிகள் அகற்றப்படாமல் இருக்கலாம்; எங்கையாவது கால்வைக்க வெடிக்கும் என்பதே அப்பாவின் சினத்துக்குக் காரணம்.

எங்களது வீட்டிலிருந்து தள்ளியிருக்கும் மிஷனரி பாடசாலையில் சௌகரியமாகப் படித்துவந்தேன். சக்கரவர்த்தி மிகச்சிறிய வித்தியாலயம் ஒன்றில் படித்து வந்தான். நீலக் காற்சட்டையும் பழுப்பேறிய வெள்ளைச் சேட்டுமாகச் செருப்புடன் பாடசாலைக்குச் சென்று வருவான். முதலில் அவனைப் பார்த்து இரக்கப்பட்டேன். பின்னர் அவனிடமிருந்த அலட்சியம் மேலும் என்னை வெறுக்க வைத்தது.

"அலட்சியமா?" லோகா இடைவெட்டினாள்.

"அவனின் உடல் மொழியில் ஓர் அலட்சியம் இருக்கும்."

"உன்னிடம் மட்டும் அதை வெளிப்படுதினானா?"

"இல்லை, என்னிடம் இன்னும் அதிகமாக."

"ம்ம் . . ."

முதலில் அவர்களது ஏழ்மை என்னைக் கவலையடையச் செய்தாலும் பின்னர் அதுவே மகிழ்வடையச் செய்தது. அவனின் அலட்சியத்தை அவனது ஏழ்மையான தோற்றத்தைக் கொண்டு எனக்குள் நிரப்பி மகிழ்ந்தேன். எனக்கு விளையாட ஒத்தவயதில் தோழர்கள் இல்லாமையால் அவனிடமிருந்து விலகியிருக்கவும் முடியவில்லை.

புகையிரதச் சேவை யாழ்ப்பாணத்தில் நிறுத்திவைக்கப்பட்டு இருந்தமையால் தண்டவாளங்கள் எல்லாம் பற்றை மண்டிக் கிடந்தன. குடியிருக்கக் காணியில்லாதவர்கள் தண்டவாளப் பகுதியை சுத்தப்படுத்திவிட்டுக் குடிசை அமைத்தார்கள். ஆல மரங்களுக்குக் கீழ் வைரவர் சூலத்தை நட்டுச் சிறிய கோயில்களை அமைத்தார்கள். அப்படியமைக்கப்பட்ட கோயில் ஒன்று எங்களது வீட்டிலிருந்து சற்றுத் தள்ளியிருந்தது. விரைவிலே ஊரார்கள் பூசாரியொருவரையும் நியமித்து அந்தக் கோயிலையும் சுவர் எழுப்பி விரிவு படுத்திவிட்டார்கள். பின்னேரங்களில் அங்குசென்று நானும் சக்கரவர்த்தியுமாகப் பொழுதுபோகப் பேசிக்கொண்டிருப்பதும், குரும்பெட்டிகளை அடுக்கிப் போலையடித்து விளையாடுவதும் வழமை.

சக்கரவர்த்தி என்னை அழைத்துக்கொண்டு பற்றைகள் நிரம்பிய காணிக்குள் அலைந்து திரிவான். எங்களுக்குள் யார் அதிகமான வெற்றுத் தோட்டாக்களைச் சேகரிப்பது என்ற போட்டி மறைமுகமாக இருந்தது. சில சமயம் வெடிமருந்துத் தோட்டாக்களும் கிடைக்கும். உதிர்ந்து உதிர்ந்து பிரதேசம் முழுவதும்பரவியிருந்தது.என்னைவிட அதிமாகத்தோட்டாக்களை சக்கரவர்த்தி சேகரித்து இருந்தான். எனக்கு முதல் அதைப்பற்றிக் கவலை இருக்கவில்லை.

எங்களது வீட்டிலிருந்து ஐந்து கிலோமீற்றர் பயணம் செய்தால் கொழும்புத்துறைக் கடற்கரையை அடைந்துவிடலாம். கடற்படை தடுப்பு முகாம்களை உருவாக்கிக் காவல்செய்து வந்தது. சிறிய பகுதியை மட்டும் மீன்பிடித் தொழிலுக்கு அனுமதித்திருந்தார்கள்.

என்னிடம் இரண்டாம்தர சிறிய சைக்கிள் இருந்தது. பின்னேரங்களில் அதிலேறி நானும் சக்கரவர்த்தியுமாக உலாத்தித் திரிந்துவிட்டு பலசமயங்களில் இருட்ட முதல் கடற்கரைக்கும் செல்வோம். கடற்கரை மிக அமைதியாக இருக்கும். பிடித்த மீன்களைச் சிறியரக வள்ளங்களில் இருந்து இறக்கிக்கொண்டிருப்பார்கள். என் சைக்கிளை ஓட்டிப்பழக சக்கரவத்தி ஆசைப்பட்டான். முதலில் என் சைக்கிளை அவனுக்குக் கொடுக்க எனக்கு விருப்பம் இருக்கவில்லை. பின்னர் அவன் சைக்கிளை மிதிக்க ஹரியரில் ஏறியமர்ந்து செல்வதின் சொகுசை அனுபவிக்கத் தொடங்கினேன்.

கடற்கரைக்குச் செல்லும்போது எதிர்க்காற்று அதிகமாக இருப்பதால் சைக்கிளை மிதித்துச்செல்வது கடினம், மூச்சிரைக்கும்; அதனால் நைச்சியமாக சக்கரவர்த்தியிடம் சைக்கிள் மிதிக்கும் பொறுப்பை ஒப்படைத்துவிடுவேன். திடீரென்று ஒருநாள் சக்கரவர்த்தியும் பழைய சைக்கிள் ஒன்றுடன் வந்தான். கறள் படிந்த சைக்கிள் எண்ணெய்விட்டுக் கழுவப்பட்டு இருந்தது. முன் சக்கரத்தினதும், பின் சக்கரத்தினதும் மக்கார்ட் கழற்றப்பட்டிருந்தன. இப்படியான சைக்கிள்களை கனம் குறைவாக இருப்பதால் வேகமாக ஓட்ட இராணுவத்தினரே பயன்படுத்துவார்கள். எப்படி இவனுக்குச் சைக்கிள் கிடைத்தது என்று ஆச்சரியமாக இருந்தாலும், மறுபக்கம் வெறுப்பாகவும் இருந்தது. தங்களுக்குத் தெரிந்த உறவினர் ஒருவர் சும்மா இருக்கிறது என்று தந்ததாகச் சொன்னான். சற்றுக் கூனலாக ஹாண்டிலைப் பிடித்துக் கொண்டு ஒட்டகத்தில் பயணிப்பதுபோல சைக்கிளில் திரியும்போது அவனைப் பார்க்க வேடிக்கையாக இருக்கும்.

அதன்பிறகு தனித்தனியாக சைக்கிள் மிதித்து கடற்கரைக்குச் சேர்ந்தே செல்ல ஆரம்பித்தோம். கிடங்குகளும், கற்களும் நிறைந்த சாலையில் சமாந்திரமாக வேடிக்கையாக எதையாவது பேசிக்கொண்டு செல்வோம்.

நாங்கள் வழமையாகக் கடந்துசெல்லும் கடற்படை முகாமில் நான்கு கடற்படைச் சிப்பாய்கள் பணியில் இருந்தார்கள். ஒருமுறை கடற்கரையைச் சைக்கிளில் அண்மித்தபோது எங்களை சிப்பாய் ஒருவன் மறித்தான். அப்படி எங்களை முன்னமும் மறித்திருக்கிறார்கள், பெரும்பாலும் சிகிரெட் வாங்கித்தரச் சொல்வதே அவர்களின் கோரிக்கையாக இருக்கும். பணமும் தருவார்கள். கொஞ்சம் தள்ளியிருக்கும் பெட்டிக்கடையில் கோல்ட் லீப் சிகரட்டுகள் வாங்கிக்கொண்டுபோய் கொடுப்போம். அன்றும் அவ்வாறே நினைத்துச் சைக்கிளை நிறுத்தினோம்.

"ஏன் பரலளாக வாறது?" என்று கேட்டான். சில சமயம் வீதிப் பொலீசார்கள்போல அவர்கள் நடந்துகொள்வதும் வழமை. நாட்டின் சட்டதிட்டங்களையும் வீதியில் எப்படிச் செல்ல வேண்டும் என்றும் பாடம் எடுப்பார்கள். நாங்கள் இருவரும் கண்கள் அலைய முழுசியவாறு நின்றோம். சிப்பாயின் முகம் கடுகடுப்பாகவும் இறுக்கமாகவும் இருந்தது. எங்களிடம் அடையாள அட்டையைக் கேட்டான். இதற்கு முன்னர் எங்களிடம் யாரும் அடையாள அட்டை கேட்டதில்லை. அந்தக் கிராமத்தில் குடியிருந்தவர்களை இராணுவத்திற்கு நன்றாகவே தெரியும். புதியதாக முகங்கள் தட்டுப்பட்டாலே அடையாள அட்டை கேட்பார்கள். எங்களிடம் அடையாள அட்டை இருக்கவில்லை. நாங்கள் திகைத்துப்போய் நின்றிருந்தோம். சைக்கிளை மிதித்து ஓட்டிவந்த களைப்பும் கொஞ்சம் பயமும் முளைவிட இன்னும் வியர்த்தது. நான் கொஞ்சம் துணிவை வரவழைத்துக்கொண்டு, 'எங்களிடம் அடையாள அட்டை இல்லை; அதற்கு இன்னும் வயது இருக்கிறது' என்றேன். அந்தச் சிப்பாய் என் கண்களை ஊடுருவிப் பார்த்தான். நான் சாதுவாகச் சிரித்தேன். அவனது வாய் கோணியது, பின்னர் சட்டென்று இடக்கையை ஓங்கி என் கன்னத்தில் அடித்தான். 'ஏன் இளிக்கிறாய்?' என்றான். நான் நிலைதடுமாறி சைக்கிளின் மேல் மல்லாந்து வீழ்ந்தேன். வீழ்ந்த அதிர்ச்சியில் சைக்கிளின் சில்லுச் சுற்றியது. காறி என்மேல் துப்பினான். பின்னர் துப்பாக்கிப் பிடியால் என் மண்டையை அடிக்க ஓங்கினான். நான் பயந்து வாய்விட்டுக் கத்தினேன். அதை சற்றும் நான் எதிர்பார்க்கவில்லை. பயத்தில் என்னை மீறிச் சிறுநீர் கழிந்து என் காற்சட்டையை ஈரமாக்கின. சிப்பாய் என் கோலத்தைக் கண்டு அடிப்பதை

நிறுத்திவிட்டுச் சிரிக்க ஆரம்பித்தான். இதுவரை அருகே தன் சைக்கிளைப் பற்றியபடி நின்றிருந்த சக்கரவர்த்தி பேசாமல் என்னையே பார்த்துக்கொண்டிருந்தான். அவன் கண்களில் அலட்சியமான புன்னகை ஒன்று தவழ்ந்ததைக் கண்டேன். நான் கூனிக்குறுகி உடல் கூச விதிர்த்து நின்றேன்.

அந்தச் சிப்பாய் என்னைத் தூக்கி நிறுத்த அவனிடம் சொன்னான். கையை நீட்டி என்னைத் தூக்கிவிட்டான். என் இடுப்பு கடுமையாக வலித்தது. நாரியில் கையை ஊன்றிக்கொண்டு தரையைப் பார்த்தவண்ணம் நின்றிருந்தேன். இப்போது என் மேல்சட்டையைக் கழற்றச் சொன்னான். நான் திடுக்கிட்டுப் பார்க்க அடிக்க வந்தான். அவன் சொன்னதுபோலவே என் மேல்சட்டையைக் கழற்றினேன். வெற்றுடம்போடு நிற்கும்போது ஏன் சக்கரவர்த்தியிடம் அடையாள அட்டை எதையும் அவன் கேட்கவில்லை என்று தோன்றியது. இப்போது என் காற்சட்டையையும் கழற்றச் சொன்னான். நான் அதிர்ந்து பற்கள் உரசத் தரையைப் பார்த்தேன். அவன் உறுமினான். நான் மௌனமாக நிற்க என் கன்னத்தில் அறைந்தான். என் காதில் 'விண்' அதிர்ந்தது. சக்கரவர்த்தியிடம் "உன் கூட்டாளியின் ஆடையைக் கழற்று," என்று சொன்னான். அவன் தயங்கி என் முன்னம் வந்துநின்றான். என் கண்களிலிருந்து கண்ணீர் வழிந்து வெற்று மார்பில் வடிந்தது.

சக்கரவர்த்தி என் காற்சட்டையை அகற்றினான். இப்போது முழு நிர்வாணமாக அவர்கள் முன் நிர்க்கதியாக நின்றேன். என் கைகளைக் குறுக்காக ஆணுறுப்பை மறைக்கும் வண்ணம் பிடித்திருந்தேன். "உரோமங்கள் எல்லாம் வளர்ந்திருக்கே; உனக்கு வயது வந்துவிட்டது; பின்னர் அடையாள அட்டை இல்லாமல் ஏன் இருக்காய்?" என்று கேட்ட அந்தக் கடற்சிப்பாய் உரத்துச் சிரிக்கும்போது என் செவிகள் அதிர்ந்தன. தரையைப் பார்த்தவண்ணமே நிற்க என் நாடியைத் துப்பாக்கி முனையால் தொட்டு நிமிர்த்தி "இந்தப்பக்கம் இனிமேல் உங்களைப் பார்க்கக் கூடாது" என்றான்.

அதன் பின்னர் சக்கரவர்த்தியைப் பார்ப்பதையே தவிர்க்கத் தொடங்கினேன். அவன் கண்களை என்னால் நோக்கவே முடியவில்லை. இருந்தும் சலிக்காமல் பின்னேரங்களில் விளையாட வருவான். அவனைக் காணும்போதெல்லாம் உடல் முழுவதும் வெறுப்புக் கசியும். "என்னுடைய காற்சட்டையைக் கழற்றச் சொன்னபோது போது ஏன் மச்சான் நீ நேவிக்காரனுடன் ஒன்றும் கதைக்கல?" என்று கேட்டபோது, "நாங்க முரண்டு பிடிச்சு இருந்தா எங்கள் இரண்டு பேரையும் சுட்டுப்

போட்டிருப்பான். அண்டைக்கு மன்னார் கடலில் புலிகள் அடிச்ச கரும்புலித்தாக்குதலில் ஆமியின் டோரா ஒன்று சரியாம்; அந்தக் கொதிப்பில் அவங்க நிக்கும்போது நாம தெரியாத்தனமாப் போயிட்டோம்.” என்றான்.

அவனைத் தள்ளிவைக்க விரும்பினேன். இருந்தும் எப்படியும் என்னுடன் வந்து அட்டையைப்போல ஒட்டி விடுவான். அவனைத் தவிர்த்துவிட்டு என் பொழுதுகளைத் தனிமையில் செலவழிக்கப் பாடசாலை முடிந்து வீடுவந்த வுடனேயே சைக்கிளை எடுத்துக்கொண்டு புறப்பட்டுப் போய் விடுவேன். முதலில் இலக்கில்லாமல் அலைந்தேன். பின்னர் வைரவர் கோயிலடிக்குச் சென்று விடுவேன். பெரிய ஆலமரம் அங்கேயிருப்பதால் எப்போதும் நிழலாக இருக்கும்.

வைரவர் கோயிலிலுக்கு வெளியே படுத்திருந்து ஆல மர இலைகளின் சலசலப்பையும் பூவரசுக் கதியால்களையும் பார்த்தவாறு அமர்ந்திருப்பேன். அணில்களும் ஓயாமல் சத்தம் எழுப்பும், நான் அமைதியாக அமர்ந்திருப்பேன். அந்த கடற்கரைச் சிப்பாய் ஏன் சம்பந்தமேயில்லாமல் என்னை அடித்து அவமானப்படுத்தினான் என்று யோசித்துப் பார்ப்பேன். சக்கரவர்த்தியை ஏன் ஒன்றுமே செய்யவில்லை என்று குடைந்துகுடைந்து எனக்குள் யோசிப்பேன். அந்தச் சம்பவத்தின் நினைவு வரும்போதெல்லாம் இடப்பக்கத் தலை விண் என்று வலிக்கும். பற்கள் ஒன்றோடு ஒன்று கடிபடும். தனிமைக்கு அஞ்சினேன். இருந்தும் தனிமையையே என் அகம் விரும்பியது. நடுக்கத்துடன் தனிமையை தேடித்தேடித் திரிந்தேன். எங்கள் கிராமம் சிறியது; எங்கெல்லாம் இலக்கற்று சென்றாலும் வீட்டுக்குள் வந்து சேர்ந்துவிடலாம் என்ற நம்பிக்கை இருந்தது. பொழுது பட ஆரம்பிக்கும்போது வைரவர் கோயிலுக்கு வருவேன். மாலைப் பூசையை முடித்துக்கொண்டு பூசாரி ஐந்தரைக்கே புறப்பட்டுவிடுவார். பின்னர் கோயிலின் சுற்றம் கேட்பாரற்றுக் கிடக்கும். ஏழுமணிக்குப் பிற்பாடு எல்லோரும் வீட்டுக்குள் முடங்கிவிடுவார்கள். ஊரடங்குச் சட்டம் அமலில் இருந்தது. எட்டுமணிக்குப் பிறகு யாரும் வீதியில் திரிந்தால் கேட்பாரற்று இராணுவம் எதையும் செய்யலாம்.

நான் ஆறுமணிக்கு வைரவர் கோயிலுக்குப் போவேன். மிக அமைதியாக இருக்கும் அச்சூழல் எனக்கு நெருக்கமாக இருந்தது. அங்கு வரையப்பட்டிருந்த ஓம் என்ற எழுத்தைப் பார்த்தபடி அதையே உச்சரித்துக்கொண்டிருப்பேன். தினமும் அந்த நேரத்தில் அங்கு அப்படியிருப்பது மிகுந்த மனநிறைவைத் தந்துகொண்டிருந்தது. கடற்சிப்பாயின் சம்பவம் நினைவுக்கு

வரவெல்லாம் அங்கமர்ந்து பல சமயம் அழுதிருக்கிறேன். சில சமயம் சுய இன்பம் செய்துவிட்டுக் கை கால்களைச் சௌகரியமாக நீட்டிப்படுத்துக் கண்ணை இறுக்கமாக மூடிக்கொள்வேன். எப்போதெல்லாம் சுய இன்பம் செய்கிறேனோ அப்போதெல்லாம் பெரிய விடுதலையை உச்சநேரத்தில் அடைந்தேன். பின்னர் கழிவிரக்கம் எனக்குள் தோன்ற வெடித்துத் தகர்வேன். தனிமையில் அழுவது பெரிய கொடுப்பினை என்று கண்டுகொண்டேன்; பெரும் குளியல்.

அன்று சுய இன்பம் செய்துவிட்டுப் படுத்திருந்தேன். நீண்ட நேரம் சைக்கிள் மிதித்த களைப்பும் அயர்ச்சியும் நித்திரையை வரவழைத்தது. என்னையறியாமல் தூங்கிப் போனேன். யாரோ என் காலைத் தட்டி எழுப்பினார்கள். நிமிர்ந்து பார்க்க, முகத்தை கறுப்புத் துணியால் மறைத்த இராணுவச் சிப்பாய் ஒருவன் நின்றிருந்தான். திடுக்கிட்டுப் பார்த்தேன். ஏறக்குறையப் பதினைந்து இராணுவத்தினர் என்னைச் சுற்றித் துப்பாக்கிகளுடன் கடும் பச்சைநிறச் சீருடையுடன் நின்றிருந்தார்கள். சிங்களத்தில் அவர்கள் கேட்ட ஏதுவும் எனக்குப் புரியவல்லை. “ஊரடங்கு நேரத்தில் தனியாக இங்கே என்ன செய்கிறாய்?” என்பது மட்டும் புரிந்தது.

என் முகத்தைச் சாக்குப் பையால் மூடி வாகனத்தில் அழைத்துச்சென்றார்கள்.

4

எனக்குத் தண்ணீர் தேவையாக இருந்தது. மேசையிலிருந்த கிளாசிலிருந்து எடுத்துக் குடித்தேன். லோகா எழுந்து சென்று டிஷூ பேப்பரைக் கண்கள் துடைக்கத் தந்தாள். அப்போதுதான் என் கண்கள் கலங்கி விழிநீர் உதிர்ந்திருந்ததை அறிந்தேன்.

“அந்த இராணுவ முகாமில் சொல்லமுடியாத வதையை அனுபவித்தேன்.” நான் தொடர, “ஆம் தெரியும் பலதடவை முன்னமே சொல்லியிருக்காய்; உன் தோள்மூட்டில் இருக்கும் காயங்களை அந்தரங்கமாக நான் அறிவேன்,” என்றாள்.

“நான் உன்னிடம் அனைத்தையும் பகிர்ந்து இருக்கிறேன். இதைத் தவிர, ஏறக்குறைய இதை மறந்தே இருந்தேன். அல்லது மறந்ததாக என் மனதில் நடித்துக் கொண்டிருந்தேன்.”

“ம்ம் . . . சொல்லு” என்றாள்.

“என்னிடம் மாறிமாறி இராணுவம் கேட்டது புலிப் பொடியன்கள் இங்கே இருக்கிறார்கள், உனக்குத் தெரிந்த

ஒருவரையாவது காட்டித்தா உன்னை விட்டுவிடுகிறோம் என்பதுதான்.” கண்களால் பார்க்கக்கூடியளவு துளையிட்ட கறுப்புத் துணியால் என் முகத்தை மூடிப் பச்சைநிற பிக்–அப் வாகனத்தில் அழைத்துச்சென்றார்கள். வாகனம் செல்லச்செல்ல எங்கே கொண்டுபோகப்படுகிறேன் என்பது புலப்படத் தொடங்கியது. எங்கள் ஊர்ச் சனசமூக நிலையத்திற்கு அழைத்துச்சென்றார்கள். சனசமூக நிலையத்தில் ஊரிலுள்ள அனைவரும் குழுமியிருந்தார்கள். சுமார் முந்நூறு பேர்கள் இருப்பார்கள். குமர்ப் பிள்ளைகள் பெற்றோருடன் வந்திருந்தார்கள். கைப்பிள்ளைகளைத் தூக்கிக்கொண்டு தாய்மார்களும் ஆண்களும் பொறுமையிழந்து நின்றுகொண்டிருந்தார்கள்.

பிக்–அப் வாகனத்திலிருந்து என்னை இறக்கி நிறுத்தி வைத்திருந்தார்கள். ஒவ்வொரு பொதுசனமாக என்னைக் கடந்துசெல்வார்கள். புலிகளுடன் தொடர்புடையவர்கள் வந்தால் தலையை ஆட்ட வேண்டும். அனைவரது விழிகளும் என்னை அச்சத்துடன் நோக்கின. அந்த அச்சம் என்னை மகிழ்வூட்டியது. அனைவரது உயிரும் என் தலையசைப்பில் தீர்மானிக்கப்படுவதை உணரும்போது எனக்குள் கட்டுக்கடங்காத அதிகாரம் பிறந்ததுபோல இருந்தது. போதையாக ஒருமுனையில் ரசிக்க ஆரம்பித்தேன். அந்த ரசிப்பு இன்னொரு பக்கம் என்னைக் கடுமையாக வெறுக்கவும் வைத்தது. அம்பு முனைகளுக்கிடையே அல்லாடும் பறவைபோலத் துடிக்க ஆரம்பித்தேன். ஒவ்வொருவராக என்னைக் கடந்து சென்றவாறு இருந்தார்கள். பலர் எனக்கு மிகவும் தெரிந்தவர்கள். என் பாடசாலை நண்பர்கள், என் பெற்றோர்கள் என்று எல்லாரும் என்னைக் கடந்து சென்றவண்ணம் இருந்தார்கள். அப்போதுதான் சக்கரவர்த்தியைக் கண்டேன். அவனது கண்களை நோக்கும்போது எனக்குள் கடுமையான வெறுப்பு எழுந்தது. என் தலையை ஆட்டினேன். என் அருகிலிருந்த இராணுவத்தினர் தரையோடு அவனை அழுத்திப் பிடித்துக் கைகளைப் பிணைத்து இழுத்துச்சென்றார்கள். அவனது அம்மா மலர் பெரும் ஒப்பாரியெடுத்து அழ ஆரம்பித்தார். மேலும் சில இராணுவத்தினர் குமியச் சற்றுநேரம் சமநிலைக் குழப்பம் ஏற்பட்டது. பின்னர் பெரும் மழை ஓய்ந்ததுபோல எல்லாம் நிறைவுக்கு வந்தன.

லோகாவை நிமிர்ந்து பார்த்தேன். அவளது நீல விழிகளை உணர்ச்சியற்றுப் பார்த்தேன். எந்த உணர்வுகளையும் ஊகிக்க முடியாமல் இருந்தது. தயக்கத்துடன் மேசையிலிருந்த தண்ணீர் கிளாசை எடுத்துக் குடித்தேன்.

“பின்னர் என்னாகியது?”

“என்னை மூன்று நாட்களின் பின்னர் விடுவித்தார்கள்.”

“சக்கரவர்த்திக்கு என்னாகியது?”

“அவனை வெட்டிக் கொன்றுவிட்டார்கள்.”

லோகாவின் வாய் ‘ஓ’ என்று பிளந்தது. பின்னர் நெஞ்சில் கை வைத்தாள்.

அவனைக் கொல்வார்கள் என்று கொஞ்சம்கூட எதிர்பார்க்கவில்லை. கை வேறு கால் வேறாக வெட்டிப் பற்றைக்குள் வீசியிருந்தார்கள். விழிகள் மூடாத அவன் தலைமட்டும் தனியாகக் கிடந்ததை இப்போதும் நினைவுகூர்கிறேன். முதல் இரண்டு மாதங்கள் உணர்ச்சியற்றுத்தான் இருந்தேன். உண்மையைச் சொல்ல வேண்டும் என்றால் எனக்குள் எந்தவித உணர்வுகளும் அவன்மீது வரவில்லை. ஆனால் போகப் போகப் பலவீனம் அடையத் தொடங்கினேன். அவனைக் கொன்றது நான்தான் என்ற எண்ணம் என்னை மிகவும் அலைக்கழித்தது. ஏதோவொரு வேகத்தில் அவனைக் காட்டிக் கொடுத்தேன். இல்லை. பிடித்துக் கொடுத்தேன். என் அகங்காரத்தைச் சமாளிப்பதற்கு. இப்படியாகும் என்று சற்றும் எதிர்பார்க்கவில்லை.

பிற்பாடு நாங்கள் யாழ் நகரத்துக்குக் குடிபெயர்ந்தோம். அத்தோடு அவனின் நினைவுகள் என்னைவிட்டு ஒதுங்கிச் சென்றன. பலசமயம் அவனைக் கனவில் கண்டேன். குளத்தடியில் நானும் அவனுமாகப் பெரிய வானவில்லைப் பார்த்துக் கொண்டிருப்பதுபோலக் கனவு வரும். இரவில் எழுந்து தூக்கம் வராமல் புரண்டுபுரண்டு படுத்திருக்கிறேன். பிற்பாடு அவ்வாறான ஒருவனைச் சந்தித்தேயில்லை என்று என் மனத்தைப் பழக்கினேன். மெல்லமெல்ல விடுதலை அடைந்தேன். ஒரு கட்டத்தில் அவனது முகமே மறந்துபோனது. பின்னர் எல்லாமே வழமைபோலச் செல்லத் தொடங்கியது. அதன் பின்னர் இரண்டு இடம்பெயர்வுகள். மீண்டும் குண்டுகளும் யுத்தங்களும் துப்பாக்கிச் சத்தங்களும் கேட்க ஆரம்பித்தன. மெல்ல மெல்ல என்னை அதற்குள் பழக்கப்படுத்திக் கொண்டேன். வன்முறையே என்னை விடுவித்தது. வீதிகளில் சுடப்பட்டு வீசப்பட்டிருக்கும் உடல்கள் எனக்குள் எந்தச் சஞ்சலத்தையும் ஏற்படுத்தவில்லை. பல்கலைக்கழகப் படிப்பு முடிய யுத்தமும் முடிந்தது. பின்னர் இங்கு வந்துவிட்டேன். இங்கு எல்லாமே நன்றாகத்தான் சென்று கொண்டிருந்தது. இங்கிருக்கும் அமைதியும் சமநிலையும் என்னை வெகுவாகக் கவர்ந்தது. பின்னர் மெல்லமெல்ல உளச் சலிப்புக்கு ஆளாகத் தொடங்கினேன். அந்தச் சலிப்பு எதனால்

என்று இன்னும் என்னால் சரியாக இனம் காணமுடியவில்லை. மதுவை நாடிச் செல்லத் தொடங்கினேன். என் உள்ளமும் இலகுவாகியது போலத் தோன்றத் தொடங்கியது.

லோகா ஒரு சிகிரெட்டைப் பற்றவைத்துவிட்டு எனக்கும் நீட்டினாள். அப்போது எனக்குத் தேவையாக இருந்தது. வாங்கிப் பற்றவைத்துப் புகையை நிதானமாக வெளியேவிட்டேன். உடல் இன்னும் இலகுவாக மனம் குளிரத் தொடங்கியது.

சமீபத்தில் ஒரு கனவு கண்டேன். ஒரு வானவில்; நீண்ட பெரிய வானவில். நான் அதனைப் பார்த்துக்கொண்டிருக்கிறேன். அப்போதுதான் அந்த வானவில் தனியே சிவப்பு நிறத்தில் இருப்பதுபோல உணர்ந்தேன். முழுமையான இரத்தச் சிவப்பு. அந்த சிவப்பை நினைக்கும்போது என் உடல் அதிர்கிறது. அத்தனை பளீரிடும் சிவப்பு. என்னை முதுகில் யாரோ தொட்டு அழைக்கத் திரும்புகிறேன். சக்கரவர்த்தி நின்றுகொண்டிருந்தான். உள்ளத்திலிருந்து மறந்த முகம். அல்லது நான் மறந்ததாக நினைத்துக்கொண்டிருந்த முகம். அத்தனை துல்லியமாகக் கனவில் தெரிந்தது. நான் விழித்தெழுந்த பின்னரும் அவனது முகம் என்னை அறைந்துகொண்டே இருக்கிறது. விடுபடவே முடிய வில்லை. எங்கு சென்றாலும் வேட்டை நாயின் மூர்க்கத்துடன் துரத்துகிறது. அவனது ஒரு புகைப்படம்கூட என்னிடம் இல்லை. ஆனால் அந்த முகம் அப்படியே பனிக்கட்டியாக உறைந்துபோய் மீண்டும் கிளர்ந்து எழுந்து உடைத்துக்கொண்டு வெளியே பாய்ந்தது என்னிடம் வருகிறது. எப்படி இதிலிருந்து மீள்வது என்று தெரியவேயில்லை.

சிகிரெட் அடிக்கட்டையை வீசிவிட்டு லோகாவின் முகத்தைப் பார்த்தேன். நிதனமாகப் புகைத்துவிட்டு அவளும் அடிக்கட்டையை அணைத்தாள். எங்கள் இருவருக்கும் இடையே தனிமை புகையாக ஊடுருவியிருந்தது.

“வன்முறையில்லாத வாழ்க்கை முறை உனக்கு ஒட்ட வில்லையா?” லோகா கேட்ட கேள்வி என்னைத்துளைத்து எடுத்தது. நிதானத்தை வரவழைத்துக்கொண்டு, “அப்படியில்லையே” என்றேன். பின்னர், சோர்வாக “இருக்கலாம்,” என்றேன்.

“நீ ஜேம்ஸின் மண்டையை அடிக்கும்போது கொலைவெறி கொண்டிருந்தாய்’, நிஜமாகவே உன்னைப் பார்த்து அஞ்சினேன்.”

நான் துவண்டு சுருங்கி, “இப்போது அது அதற்கு? நான்தான் மன்னிப்புக் கேட்டுவிட்டேனே,” என்றேன். நான் எதற்கோ ஒன்றுக்கு அஞ்சினேன். “லோகா, நான் செய்தது தவறுதான் மனப்பூர்வமாக ஒத்துக்கொள்கிறேன்; நான் இப்போது பேசவந்தது அதையல்ல.”

நீண்ட மூச்சோடு உடல்தளர்த்தித் தன்னை நெகிழவிட்டாள். வீசிய குளிர்க்காற்றில் அவள் பொன்னிறக் கூந்தல் அலைவுற்றது. நீவி அதைச் சீர் செய்தாள்.

“நீ உன்னை மாற்றியாக வேண்டும். ஒன்று நீ உன் நாட்டுக்கே திரும்பிச் செல்ல வேண்டும். அங்கு சென்று வசிப்பதுதான் உன்னை விடுவிக்கும்.”

“எனக்கு என் நாடு வேண்டாம்; அங்கு என்னால் திரும்பிச்சென்று எதையும் அமைத்துக்கொள்ள முடியாது.”

“சரி இப்போது புறப்படு; மீண்டும் ஒருநாள் பேசலாம்; ஜேம்ஸ் வரும் நேரமாகிவிட்டது,” என்றாள். நான் மிகுந்த சோர்வுடன் எழுந்தேன். பின்னர் நிதானித்து உன் நேரத்தை ஒதுக்கித் தந்ததற்கு நன்றி,” என்றேன். “அவன் உன்னை இங்கு காண்பதைத் தவறாக எடுத்துகொள்ள மாட்டான்; இருந்தும் இப்போது வேண்டாம்” நான் அங்கிருந்து என் அறையை நோக்கி காரில் புறப்பட்டேன்.

5

வீடு வந்தவுடன் கட்டில் மெத்தையில் ஆடைகளை நீக்கிவிட்டு நிர்வாணமாக வீழ்ந்தேன். நிலைக்கண்ணாடியில் என் உடலைப் பார்த்தேன். முதுகிலும் நெஞ்சிலும் ஆங்காங்கே காயங்கள் இருந்தன. அதனைத் தொட்டு அழுத்தித் தடவினேன். முழங்காலின் கீழே ஆழமான காயத்தின் வடு இருந்தது. பல்கலைக்கழகத்தில் படிக்கும் இறுதியாண்டில் நடைபெற்ற சம்பவம் அது. காங்கேசன்துறைக்குச் சென்று திரும்பிய தெற்கிலங்கைச் சிங்கள சுற்றுலாப் பயணிகளின் பேருந்தை எவரோ கல் வீசித் தாக்கியிருந்தார்கள். பேருந்தின் பின்பக்கக் கண்ணாடி கோரையாகி நொறுங்கியிருந்தது. இரவுப்பொழுது என்பதால் ஓட்டுநர் எங்கும் நிறுத்தாமல் சென்றுவிட்டார். சரியாக இரவு பத்தரைக்குக் கைப்பந்தாட்ட விளையாட்டு போட்டியை முடித்துவிட்டு வீடு திரும்பிக்கொண்டிருந்த எங்களை பொலிசாரும் இராணுவமாக வீதியில் மறித்தது. வியர்த்து விறுவிறுத்துக் களைத்திருந்தோம்; மொத்தமாக ஏழு நண்பர்கள் இருந்தார்கள். என்ன ஏது என்று விசாரிக்க முதலே எங்கள் அனைவரையும் முட்டுக்காலில் நடுவீதியில் இருத்தினார்கள். பின்னர் சரமாரியாகக் கேட்டுக் கேள்வி யில்லாமல் தாக்கத் தொடங்கினார்கள். எங்கள் அலறல் சத்தம் வீதியை நிறைத்தது. மேலும் மேலும் மூர்க்கம் கொண்டு தாக்கிவிட்டுக் கலைந்து செல்ல அட்டை போலச் சுருண்டு

வீழ்ந்தோம். என் முழங்காலில் இரும்புக் கம்பி ஆழமாக இறங்கித் தைத்திருந்தது. அதன் வலி தலைக்குள் ஊடுருவிப் பரவி என்னை மயக்கமுறச் செய்தது. எழும்பிப் பார்க்கும்போது யாழ் வைத்தியசாலையில் அனுமதிக்கப்பட்டிருந்தேன். மூன்று வாரங்களுக்கு மேல் நடக்க முடியாமல் அவதிப்பட்டு வீட்டிலே முடங்கிக் கிடந்தேன். ஒரு கலவியின் இறுதிப்பொழுதில் இதை லோகாவிடம் சொன்னபோது அதன் வடுவை முத்தமிட்டுத் தன் எச்சிலால் ஒத்தடம் கொடுத்தாள். நெற்றியிலிருந்துக் கவிழ்ந்து வீழ்ந்த கூந்தல் காயத்தின் வடுவை வருடியது.

படுக்கையில் சாய்ந்து வீழ்ந்தேன். தூக்கம் ஒரு போர்வை யாக மூடியது. மிகத்தெளிவாக அக்கனவைக் கண்டேன். ஜேம்ஸ் என் முன்னம் வந்துகொண்டிருந்தான். அவன் கையில் ஒரு வெள்ளிநிறத்தில் மினுங்கும் நீண்ட கூரிய கம்பியிருந்தது. என் முழங்காலை குறிபார்த்து அடிக்கவந்தான். நான் விதிர்த்து எழுந்து ஓடிக்கொண்டேயிருக்கிறேன். பின்னால் அவன் வருகிறானா என்று பார்க்காமல் வேகவேகமாக ஓடிக்கொண்டே இருக்கிறேன். அதுவொரு மிகப்பெரிய வெட்டைவெளி, முடிவற்ற வெளி. பிரபஞ்சத்தின் முடிவற்ற எல்லையில் சிக்குண்ட துகளாக அலைவுற்றுக் கொண்டிருப்பதாகத் தோன்றியது. என் உடல் சிலிர்த்தது; என்னுடன் அவனும் ஓடிக்கொண்டிருந்ததை உணர்ந்தேன். அவனேதான் சக்கரவர்த்தி. எப்போது என்னுடன் சேர்ந்து ஓடத் துவங்கினான் என்று உணரமுதல் நான் விழிப்புக் கொண்டேன். வேங்கையின் நாக்குப்போல் என் நாக்கு விடாய் கொண்டது. குளிரூட்டியைத் திறந்து தண்ணீரைக் குடித்தேன். உடல் சில்லிட்டு அடங்கியது. ஜன்னலைத் திறந்துவிட்டு சிகிரட்டைப் பற்றவைத்தேன். தூரத்தில் சந்திரன் பிறையாகத் தெரிந்தது.

ஜேம்சை உடனே சந்திக்க வேண்டும் என்று அந்த இரவில் குறுஞ்செய்தியை லோகாவுக்கு அனுப்பியவுடனே பதில் வந்தது. வெறுமனே “சரி” என்று மட்டும் சொல்லி இருந்தாள். மறுகணம் தாமதிக்காமல் அவளுக்கு அழைப்பை ஏற்படுத்தினேன்; அவள் மறுமுறையில் அழைப்பைத் தடுத்துக்கொண்டே இருந்தாள். மெல்லமெல்ல நாகத்தின் சீற்றத்துடன் வெறுப்புக் கசிய வெறிபிடித்தவன் ஆனேன். மீண்டும் மீண்டும் விடாமல் அழைக்க, காலையில் அழைக்கிறேன், “இப்போது தொந்தரவு செய்யாதே,” என்ற குறுஞ்செய்திவர என் தாகம் தணிந்தது. உடல் மெய்ப்புக் கொள்ள மெல்ல அடங்கினேன்.

காலையில் விழிக்கக் கொஞ்சம் வெட்கமும் வந்தது. அவளுக்கு அலைபேசியில் அழைத்திருக்கக்கூடாது என்று

தோன்றத் தொடங்கியது. அதை யோசித்துக்கொண்டிருக்கவே லோகாவிடமிருந்து அழைப்பு வந்தது. மறுமுனையில் ஜேம்ஸின் குரல் தெளிவாகக் கேட்டது.

"ஜேம்ஸ்"

"ஆம் சொல்லு; என்னுடன் பேச வேண்டும் என்று சொன்னாயாம் என்று லோகா சொன்னாள்; எப்படி இருக்காய்?" அவனது குரல் மிக நிதானமாக ஒலித்தது. எந்தச் சூழ்நிலையிலும் பதற்றம் காட்டாத பிரிட்டிஷ் இளைஞனின் குரல். அதிலுள்ள பாசாங்கையும் உண்மையையும் பிரித்தறிய முடியாமல் ஒருகணம் தவித்தேன். என்னை இயல்பாக்கிக்கொண்டு, "உன்னுடன் பேச வேண்டும்" என்று சுருக்கமாகச் சொன்னேன். "பின்னேரப் பொழுது வீட்டில் இருப்பேன், வா ..." என்றான்.

அவனுடன் என்ன பேச வேண்டும் என்று எனக்குத் தெளிவாகத் தெரியவில்லை. ஆழுள்ளம் என்னை மீறி எதையாவது விரும்புகிறதா என்று திகைத்துக் கொண்டிருந்தேன். பின்னர் அதை முன்னமேயறிந்து அதற்கு என் உள்ளம் தயாராகியேயிருக்கிறது என்று தோன்றியது.

"ஜேம்ஸ் என்னை மன்னித்துவிடு." இதை நான் சொல்லும்போது அவன் விழிகள் எந்த மாற்றத்தையும் காட்டாமல் பிளந்த வாழைத் தண்டைப்போல விரிந்திருந்தன.

"எதற்கு மன்னிப்பு; பீர் அருந்துகிறாயா?" என்று அவன் கேட்டபோது மௌனமாக இருந்தேன். இதேபோல்தான் அவனுடன் மது அருந்தும்போது, அவனைத் தாக்கியிருந்தேன். தெளிவாக இன்னும் நினைவில் இருக்கிறது. லோகாவின் தோள்மூட்டைப் பிடித்துக்கொண்டு சர்வசாதாரணமாக "இவளிடமிருந்து பிரிட்டிஷ் வாழ்வியல் முறைகளைக் கற்றுக்கொண்டுவிட்டாயா?" என்றான். அவன் எதைக் கேட்கிறான் என்று புரியாமல் அவனையே பார்த்துக்கொண்டிருந்தேன். ஜேம்ஸ் என் புரிதலின்மையைப் பார்த்துப் பெரிதாகச் சத்தம் எழுப்பிச் சிரித்தான். எனக்குள் சினம் முகிழ்ந்து எழும்பியது. "ஜேம்ஸ்," என்று அழுத்தமாகக் கூப்பிட்டு அவனின் தொடையை அழுத்திப்பற்றி அவனது காதுக்குள் எதையோ சொன்னாள் லோகா.

"நான் மன்னிப்புக் கேட்கத்தான் வந்தேன் ஜேம்ஸ்."

"அதைவிடு, அதை நான் எப்போதே மறந்துட்டேன்." அவன் சிரித்துக்கொண்டே தன் நெற்றியை வருடினான். சிறிய கீறலாக அவன் நெற்றியில் தழும்பு இருந்தது.

6

நான் வீடு வந்த பின்னர் லோகா குறுஞ்செய்தியாக ஒற்றை வரியில் அதையனுப்பியிருந்தாள். 'ஏதும் தவறாக இருந்தால் மன்னித்துவிடு; நாளை அழைக்கிறேன்'. அலைபேசியை வீசிவிட்டுக் கட்டிலில் அமர்ந்திருந்தேன். எனக்கு என்னதான் பிரச்சினை. சக்கரவர்த்தியை இல்லாமல் செய்தது நான்; வேணுமென்று அதற்குச் சம்பந்தம் இல்லாத சம்பவங்களை எல்லாம் தொகுத்து அனைத்துக்கும் மன்னிப்புக் கேட்க விழைகிறேனா. இல்லை எல்லாவற்றுக்கும் ஏதும் தொடர்பு உண்டா. எந்த மைய இழையில் அனைத்தும் இணைகின்றன? யாரிடம் மன்னிப்புக் கேட்டு தப்பிக்கப் பார்க்கிறேன்? இந்தச் சூழல் எனக்கான இடம் இல்லை எனில் நான் எங்கு பொருத்திக்கொள்வது? யன்னல் சட்டகங்கள் காற்றுக்கு அறைந்து அறைந்து தள்ளின. மழைக்கு கிளையில் ஒதுங்கிய பறவையின் நனைந்த இறகுபோல என் மனம் கனத்துகொண்டே செல்லத் துவளத் தொடங்கினேன். லோகாவிடம் இதைச் சொல்லியிருக்கக் கூடாதா? ஏன் அந்தரங்கங்களை அவளிடமே திறந்துவிட வேண்டும்?

இரு நாள் கழித்து அந்திப் பொழுதில் ஐரிஷ் பாரில் அவளை மறுபடியும் சந்தித்தேன். இன்னும் இளமையாக அவள் இருப்பதுபோலத் தோன்றியது. அவள் புன்னகையில் தெரிந்த பரிவு நிலைகொள்ள வைத்தது. "இப்போதெல்லாம் சவரம் செய்வதில்லையா நீ?" என்றாள். நான் சிரித்துவிட்டு, "சிலநாட்களாக ஒழுங்காக இல்லை," என்றேன்.

மதுவருந்திக் கொண்டிருக்கும்போது, "பசிக்கிறதா?" என்றேன். "இல்லை உன் உள்ளங்கையை நீட்டு" என்று என் கையைப் பற்றினாள். "வா. ஒரு நடை செல்வோம்," என்று என் கையைப் பிடித்து அழைத்துக்கொண்டு நடந்து சென்றாள். அதே பாதையில் நீண்ட நாட்களுக்குப் பின்னர் நடந்தோம். அன்று மழை இருக்கவில்லை; நான் மழை வர வேண்டும் என்று ஆசைப்பட்டேன்.

"இங்கே உன்னை பொருத்திக்கொள்" என்றாள் சிந்தனையிலிருந்து விடுபட்டவளாக.

"என்ன?"

"நிஜத்தில் நிகழாதவை இரவில் கனவாக வருகிறது இல்லையா? இப்போது இந்தச் சாலையில் ஒளியில்லை.

நம்மால் ஒரு வானவில்லைக் காண முடியும் என்பது சாத்தியம் அற்றது இல்லையா?" என்றாள்.

"வானவில் என்பது கதிர்ச்சிதைவின் மூலம் தென்படும் கானல் நீர்தானே" என்றேன். அவள் என் உள்ளங்கையைப் பற்றி "அதை நீ சீக்கிரமே புரிந்துகொள்வாய்," என்று என் உள்ளங்கைகளைத் தன் விரல்களால் அழுத்திப் பற்றினாள். அப்போது நான் ஒரு வானவில்லைக் காண மிகவும் பிரியப்பட்டேன்.

"என்னை ஒரு கொலைகாரன் என்று நினைக்கிறாயா?" என்றுவிட்டு என் அகம் உதற ஏன் அப்படிக் கேட்டேன் என்றே வியந்தேன்.

"யார் அப்படிச் சொன்னது; சக்கரவர்த்தியை வைத்துக் கேட்கிறாயா?"

"ஜேம்ஸையும் வைத்துத்தான் . . ."

"நீ மிகவும் குழம்பிப்போய் இருக்கிறாய்," என்று சொல்லிக் கொண்டு, "சரி வா உன் இருப்பிடத்துக்குச் செல்வோம்," என்றாள். மின்விளக்குகள் ஒளியூட்டப்பட்ட தனிமையான சாலையில் அவளை அழைத்துச்சென்றேன். மது எனக்குள் முற்றாக வடிந்திருந்தது. குளிர் காற்று இராட்சச வேகத்துடன் எங்களைத் தழுவிச் சென்றது.

லோகா என்னைவிட்டு நீங்கிச் சென்றபின்னரும் அதே வீட்டில்தான் தனியாக வசித்துவந்தேன். உள்ளே வந்து மின்விளக்கை எரியூட்டிவிட்டு இருவரும் ஒருவரையொருவர் பார்த்துக்கொண்டு அமர்ந்திருந்தோம். என் உணர்வுகள் ஒரு நீர்ப்பெருக்கு என பல்வேறு உணர்வுகளைக் கலந்து மாறிய வாறிருந்தன. சுற்றம் எங்கும் விழிகளை அலையவிட்டாள். எழுந்து சென்று மேசையிலிருந்த வானொலிப்பெட்டியை ஒலிக்க விட்டாள். இதுவரை கேட்டிராத ஆங்கிலப் பாடல் ஒலிக்க ஆரம்பித்தது. நான் நேரத்தைப் பார்த்தேன். இரவு பதினொன்றைக் கடந்து கொண்டிருந்தது.

"லோகா, ஜேம்ஸ் உன்னைத் தேடப் போகிறான்," என்றேன்.

"அவனிடம் சொல்லிவிட்டுத்தான் வந்தேன், உன்னைச் சந்திக்கப்போவதாக; நாளைக் காலையில் சென்றால்கூடப் பிரச்சினை இல்லையில்லை. உனக்கு உறக்கம் வருகிறதா?" என்றாள்.

நான் அவளது விழிகளைப் பார்த்துவிட்டு உடலில் குவிந்திருந்த சோர்வை விரட்டிக்கொண்டு "இல்லை" என்றேன்.

"சரி வா என்கூட நடனமாடு" என்றாள். பாடலுக்கு ஏற்ப அவளது கால்கள் துள்ளித்துள்ளி அசைய ஆரம்பித்தன. வானொலிப் பெட்டியின் ஒலியை அதிகரிக்க ஆரம்பித்தாள். "நாம் இருவரும் மட்டும்தான் இருக்கிறோம்; வெட்கப்படாதே வா" என்றாள். நான் எழுந்துசென்று அவளது கையைப் பற்றினேன். என் கைகளை லாவமாகப் பற்றி ஒரு கையைத் தோளிலும் மறுகையைத் தன் இடையிலும் வைத்தாள். இப்போது எங்களுக்கிடையே இசை மட்டுமே இருந்தது. தடுமாற்றத்தை உந்திக் கலைக்க, உடலிலிருந்த தயக்கம் வழுக்கிச் சென்று வெளியே வீழ்ந்தது. நான் வேகவேகமாக உடலை அசைத்து அவளுடன் ஒரு சுடர் என இணைந்தேன். லோகாவின் முகத்தில் புன்னகை சூரியன்போல விரிய ஆரம்பித்ததைக் காண என் அகம் திறந்து வேறொங்கோ அள்ளிச்சென்றது. அங்கே நான் மட்டும் புன்னகையுடன் மலர்ந்து இருந்தேன்.

காலச்சுவடு, 2019

ஆடையுற்ற நிர்வாணம்

காகிதக்கப்பல்கள் செய்து சுழித்தோடும் மழைநீரில் சின்னவயதில் அக்காவுடன் விட்டிருக்கிறேன். அப்போது எனக்கு ஒன்பது அல்லது பத்து வயதிருக்கும். தத்தளித்து மிதந்து, மழைத்துளிகள் விழக் கனமாகி, மெல்லமெல்ல அமிழ்ந்து நீரில் முற்றாகப் புதையும். மழைநாட்கள் பயங்கரமானவை; இருண்ட வானும் குளிர்ந்த காற்றும் அகத்தில் தனிமையை மெலிதான இசையின் வடிவத்தில் புகுத்தித் தொந்தரவுக்கு உள்ளாக்கும். மழைக்குளிரில் இருக்கும் கணம் சோகத்துக்கு உரியது போலும். இன்றும் அதே தனிமையைப் பயம் கலந்து உணர்கிறேன். உள்ளத்தைப் பிசைந்து அழுத்துகிறது. முகில் மறைக்காத நட்சத்திரங்கள் தலைகீழாக நதியில் அலைந்து மிதப்பதென தத்தளித்துக்கொண்டே இருக்கிறேன். நான் மூழ்கிச் செல்கிறேன், அடையாளமற்ற இடத்தில், ஒரு காகிதக் கப்பல் என மழைவீசும் இந்த நாட்களில்.

என் மகளை இனிமேல் பார்க்கவே கூடாது என்று நீதிமன்றத்திலிருந்து தடையுத்தரவு வந்தபோது இதேபோல்தான் உணர்ந்தேன். அன்று மழை இருக்கவில்லை. வெயில் மட்டும்தான் இருந்தது. புலம்பெயர் வாழ்க்கை என்னை முற்றாகப் பல முகங்களில் இருந்து மறைத்து நசித்துவைத்திருந்தது.

◯

"ஏய் நீ என்ன செய்கிறாய்?" விரைத்த விழிகளுடன் பெல்லா நின்றிருந்தாள்.

"குழந்தையைக் குளிப்பாட்டுகிறேன்."

தன் கைப்பையைத் தூக்கி வீசினாள். சுழன்று வந்து என் கால்கள் அருகே விழுந்தது. திகைத்து அவளது விழிகளைப் பார்த்தேன். சினம் ஏறி அவளது செந்நிற மேனி சிவந்திருந்தது. ஒருபக்கம் வாய் இழுபட்டு விதிர்ப்புக் கொள்ள "என் குழந்தையை விட்டுவிட்டு வெளியே போ," என்று பலமாகக் கத்தினாள். அவள் கண்கள் பொல பொலவென்று விழிநீரை உதிர்த்தன. திகைத்து "உனக்கு என்ன ஆச்சு?" என்றேன். அவள் இன்னும் குரல் கொண்டு கத்தினாள். "யாராவது ஐந்து வயது மகளை நிர்வாணமாகக் குளிப்பாட்டுவார்களா?" குழந்தை "அப்பா" என்று என் நெஞ்சோடு அரண்டு ஒட்டிக்கொண்டது. நான் ஷவரை அவள்மேல் பிடிக்க, சீறிய நீரை அவளது சின்னக் கைகள் அலைந்து தத்தித் தெறிக்கச் செய்திருந்தன. பெல்லாவின் சினம்கொண்ட வார்த்தைத் துண்டுகள் கொதிப்பாக விழுந்தன. திகைத்த மகள் அவளது பிஞ்சு விரல்களால் என் தோள்மூட்டைக் கவ்வினாள். ஈரத்தால் ஆடையற்று நிர்வாணமாகியிருந்த அவளது உடல் என் உடலுடன் இன்னும் ஒட்டிக்கொண்டது. அவளைத் தழுவிக்கொண்டு குளியலறை ஷவரை மூடினேன். கைகள் எல்லாம் பிசுபிசுத்தன. பெல்லா ஓடிவந்து குழந்தையைப் பறித்துக் தூக்கிக்கொண்டு வெளியேறினாள். தரையில் நீர் சொட்டிக்கொண்டிருந்தது.

"நீயொரு மிருகம், உணர்வுகள் இறந்துபோன சடலம் . . ."

"முட்டாள் தனமாகப் பேசாதே; குழந்தையைக் குளிப்பாட்டினேன்."

"வெளியே போ . . . வெளியே போ . . ."

என் செவிகள் அதிர்ந்துகொண்டிருந்தன.

என் அம்மாவின் முகத்தை நேரில் பார்த்ததே இல்லை. நான் பிறந்து இரண்டு நாட்களில் அம்மா இறந்துவிட்டார். கடுமையான இரத்தப்போக்கு; சேலை எல்லாம் நனைந்து படுக்கையே சிவந்து கிடந்ததாக அப்பா ஒருமுறை சொன்னபோது என் உடம்பு சில்லிட்டது. எனக்கு சிவப்பு நிறத்தின் மீதே வெறுப்பு வந்திருந்தது. சிவந்த செவ்வந்திப் பூக்களைக் கண்டாலே உடல் தன்னிச்சையாக விதிர்த்துக் கொண்டது. பதின்ம வயதுகளில் அடிக்கடி தூக்கத்தில் இருந்து விழிப்புத் தட்டும்போதெல்லாம் என் படுக்கை முழுவதும் சிவந்து இருப்பதுபோலத் தோன்றும். உடனே சிம்னி விளக்கை நெருப்பெட்டிக் குச்சியினால் தீண்டி எரியூட்டுவேன். புகைப்படத்திலிருக்கும் அம்மாவின் முகம் அலைக்கழிக்கும். கருணை கவிந்து சாதுவான சோர்வுடன் ஒளிப்படக் கருவியைப் பார்க்கும் முகம்.

அம்மா தவறிய பின்னர் எனக்கு அன்னையாக இருந்தது என் அக்காதான். அக்காவுக்கும் எனக்கும் பதினோரு வயது வித்தியாசம். எனைக் கட்டித் தாலாட்டி வளர்த்தது முழுவதுமே அக்காதான். எப்போதெல்லாம் அக்காவை நினைக்கிறேனோ அப்போதெல்லாம் வேப்பம் பூ வாசனை என்னில் நிரம்பும். வேப்பமரத்தின் கீழ் என்னைத் தன் மடியில் இருத்தி எனக்குக் கதைகள் சொல்வாள். அக்காவின் இரட்டைச் சடை என் தோள்மூட்டுகளில் குதித்து விழும். அவற்றைத் தூக்கிப் பின்னால் வீசிவிட்டு, விட்ட இடத்திலிருந்து கதைகளைத் தொடர்வாள். ஒரு நீண்ட கனவு தடையின்றி விரிவதுபோல இருக்கும் என் சிறுவயது நினைவுகள். "அதைத் தா, இதைத் தா", என்று அக்கா பின்னாலே அலைந்துகொண்டிருப்பேன். கிணற்றடி சலவைக் கட்டில் அமரவைத்துவிட்டு என்னை உரஞ்சிக் குளிப்பாட்டி விடுவாள். அக்காவுக்குப் படிப்பு சரியாக வரவில்லை என்று பதினோராம் வகுப்புக்குப் பின்னர் பாடசாலை செல்லவில்லை. தேங்காய் துருவி, திரிபோஷா கலந்து தரும் உருண்டைகள் இப்போதும் நுனிநாக்கை இனிப்புக் கொள்ளச் செய்கின்றன. அக்கா கரிய மெல்லிய தோற்றம் கொண்டவள், நீண்ட கூந்தல் முழங்கால் வரை அலைந்து வீழ்ந்து தழுவும்.

எனக்கு பதினான்கு வயதிருக்கும்போது அக்காவுக்குத் திருமணம். அத்தான் அரபு நாடொன்றில் நல்ல வேலையில் இருந்தார். ஏன் அவ்வளவு தொலைவில் இருந்து அக்காவுக்கு கணவரைத் தேட வேண்டும் என்று நித்தமும் யோசித்து நான் வியந்ததுண்டு. திருமணத்தின் பின்னர் என்னைவிட்டு அக்கா நீங்கிச் சென்றுவிடுவாளா என்ற துயர் எனக்குள் விரிந்தது. துயருக்குள் நான் தேய்ந்து தவித்தபோது மறுபடியும் சிவந்த குண்டுகள் எங்கள் கூரைகள்மீது விழத் தொடங்கின. இயக்கம் முன்னேறிப் பாய்கிறது, இராணுவம் தடுத்துத் தாக்குகிறது என்று அலைவரிசைகள் விதம்விதமாகச் செய்திகளைத் தட்டின. எவெரடி மின்கலத்தை அடைந்து மின்னூட்டப்பட்ட வானொலி அப்பாவின் காதருகே கரகரத்துச் செய்திகளை ஒப்புவித்தது.

திருமணமாகி ஒரு மாதத்தில் அத்தான் எங்களை விட்டுச் சென்றிருக்கச் சண்டைகள் வலுத்திருந்தன. நாங்கள் இடம்விட்டு இடம்மாறி பாம்புகள்போல அலைந்து கொண்டிருந்தோம். சைக்கிள்களில் சாமான்களைக் கட்டி அப்பா முன்னே செல்ல நானும் அக்காவும் தனித்தனிச் சைக்கிள்களில் பின்தொடர்வோம். காற்றுக்குப் பாவாடை சட்டை படபடக்கச் சைக்கிள் ஹாண்டிலை இறுக்கிப் பிடித்த வண்ணம் வரும் அக்காவை அடிக்கடி திரும்பிப் பார்த்து "சரியா சரியா" என்று கேட்டுக்கொண்டிருப்பேன்.

கேரியரில் கட்டியிருந்த சாமான்கள் சரிந்துகொள்ளும்போது, நிறுத்திச் சரிசெய்து மீண்டும் இறுகிக் கட்டிக்கொண்டு செல்வோம். மேடு பள்ளங்களைத் தாண்டி சைக்கிள் குதித்து ஓடும். விடாய் கொண்டு நாக்குகள் அழுத்திப் பிசையும். வெக்கை சினம் கொண்டு உடலில் பரவி உறிஞ்சி உழைப்பைக் குடித்துக்கொண்டிருக்க செக் பாயிண்ட்களைக் கடந்து கடந்து சென்றோம்.

இறுதியில் நாங்கள் இடம்பெயர்ந்து கூடாரம் அமைத்து பரந்த மைதானத்தில் தங்கியிருந்தபோது அக்கா அழுதாள். அவள் ஏன் அழுதாள் என்று எனக்கு இன்றுவரை தெரியவில்லை. ஆனால், அத்தானை நினைத்துத்தான் அவள் அழுதிருக்க வேண்டும். அன்று முழுக்க மழைபெய்துகொண்டிருந்தது. காலையில் துப்பி வைத்த வெற்றிலை எச்சில்கள் போல் சிவந்த கம்பளிப்பூச்சிகள் ஆங்காங்கே அலைந்தன. நான் நடுக்கத்துடன் அவற்றைக் குச்சியால் தள்ளித்தள்ளி விட்டேன்.

❍

என்னுடைய அகதித் தஞ்சக் கோரிக்கை ஏற்றுக்கொள்ளப்பட ஏறக்குறைய இரண்டரை வருடங்கள் ஆகின. அதுவரை அடிமட்டக் கூலிக்குத் தமிழர்களின் கடைகளில் ரகசியமாக வேலை பார்த்தேன். அகதித் தஞ்சக் கோரிக்கை ஏற்றுக்கொள்ளப்பட்ட பின்னர், பிரஞ்சு உணவு விடுதியில் வேலைக்கு சேர்ந்தேன். உணவருந்திய தட்டுக்களையும் குவளைகளையும் கழுவிச் சுத்தப்படுத்துவது என் வேலை. அது அத்தனை கடினமாக இருக்கவில்லை. வாரத்தில் இரண்டு நாட்கள் விடுமுறை; எட்டு மணித்தியாலவேலைஎன்பதால்சந்தோஷமாகவே செய்துவந்தேன்.

அங்குதான் பெல்லாவைச் சந்தித்தேன். கேக்குகளை அலங்கரிப்பது, புடிங்குகள் செய்வது அவள் வேலை. இடைவேளை நேரத்தில் சிகெரட்டும் தேநீருமாகத் தரையிலிருப்பாள். முதலில் தரையிலிருப்பது எனக்கு வித்தியாசத்தை தந்தது. தூக்கிக் கட்டியிருந்த கேசம் மினுங்கும் பொன்னிற நாகங்களாக காதோரம் வழியும். இடைக்கையால் அவற்றைக் கோதிக்கோதிச் சீர் செய்வாள்.

எனக்குத் தெரிந்த நூற்றியிருபது பிரஞ்சுச் சொற்களை வெகு விரைவில் நானூற்றியைந்து சொற்களாக மாற்ற உதவினாள். இருவரும் வேலை முடிந்த பின்னர் ஒன்றாக ஒரே மெட்ரோ புகையிரதத்தில் பயணித்து வீடு திரும்புவோம். என்னுடைய வதிவிடம் பாரிஸ் புறநகரில் அமைந்திருந்த போர்த்து பந்தனில் இருந்தது. அவளின் வதிவிடம் எகிலிஸ்து பந்தனில்

இருந்தது. இருந்தும் அவளின் நிறுத்தம் வரை சென்றுவிட்டு அடுத்த மெட்ரோ புகையிரதத்தைப் பிடித்து வீடு திரும்புவேன்.

பெரும்பாலும் இருக்கைகள் கிடைக்காது. சன நெரிசலில் தள்ளுமுள்ளுப் பட்டுக்கொண்டே பயணிக்க நேரும். இருவரும் ஒருவர் முகத்தை ஒருவர் பார்த்தவண்ணம் கதைத்துக் கொண்டிருப்போம். எங்களது பேச்சு புகையிரதத்தைவிட நீண்டுசெல்லும்.

“நான் கணக்கியல் படித்தேன். இப்போது செய்யும் வேலைக்கும் அதற்கும் சம்பந்தமேயில்லை,” என்றேன். அவள் வெறுமே சிரித்து மட்டும் வைத்தாள்.

“என்னுடைய அப்பா வழக்கறிஞராக போர்தோவில் இருந்தார். கடற்கரை நகரம். அவர் இறக்க முன்னரே நான் பாரிஸுக்கு வந்துவிட்டேன். நானும் சட்டம் பயின்றேன். ஆனால் எனக்குப் பிடிக்கவில்லை; தூக்கிப் போட்டுவிட்டேன். இந்த வேலை எனக்கு மிகத் திருப்தியாக இருக்கிறது” என்றாள்.

புகையிரதத்திலிருந்து இறங்கும்போது வெளியே மழை தூமிக்கத் தொடங்கியிருந்தது. சற்று நேரத்தில் வலுத்துப் பெய்ய ஆரம்பித்தது. மின்னலின்றிச் சந்தமின்றிக் கொட்டும் மழையில் இருந்த செயற்கைத்தனம் என்னை அலுப்பூட்டியது.

❍

மழை ஓய்ந்த பின்னர் அக்காவைக் காணாமல் கூடாரத்துக்கு வெளியே தேடினேன். தூரத்தில் அக்கா அமர்ந்திருப்பதைக் கண்ணுற்றேன். அருகே செல்ல முழங்கால் மடித்துக் குளமாகத் தேங்கிய வெள்ளநீர்ப் பரப்பில் காகிதக் கப்பல்கள் விட்டுக்கொண்டிருப்பது தெரிந்தது. குளிர்ந்த காற்று என்னைத் தழுவிச் சென்றது. அக்காவின் அருகில் அமர்ந்தேன். அவள் உதட்டை மடித்து தனக்குள் எதையோ அதிகம் யோசித்தவாறு காகிதங்களில் கப்பல்கள் மடித்துக்கொண்டிருந்தாள். என் அருகாமையை உணர்ந்து விழிகளை அசைத்தாள். அவள் செய்துவைத்திருந்த கப்பல்களை எடுத்து நானும் நீரினுள் விடத் தொடங்கினேன்.

இரவு முழுவதும் துப்பாக்கிச் சத்தங்களும், எறிகணைச் சத்தங்களும் விடாமல் ஒலித்துக்கொண்டிருந்தன. வானம் வெள்ளி உலோகமாகி உருகி வடிந்துகொண்டிருந்தது. கந்தக மணம் நாசியைத் தொலைவிலிருந்து தாக்கியது.

❍

நாம் இருவரும் திருமணம் செய்வோமா என்று பெல்லா கேட்டபோது மெட்ரோ புகையிரதத்திலேயே இருந்தோம். எனக்குள் அவள்மீது அன்பு இருந்தது. அது காதலாக மாறியது எப்போதென்று தெரியவில்லை. ஆனால், அவ்வாறு ஆகியது. எப்போது நம்மிடையே முதலாவது சண்டையாக உருமாறியது என்பதை நினைத்துப் பார்க்கிறேன். அதுவொரு எளிமையான சண்டையாகத்தான் இருந்தது.

○

"என்ன இது?"

"துத்பேஸ்ட் . . ."

"இதை இப்படியா நசிப்பார்கள்?" பெல்லா கேட்பதைப் புரிந்துகொள்ள எனக்குத் தாமதமாகியது.

"நடுவில் அமத்தி பிழிகிறாயே, மேலே அமர்த்த வேண்டும், அதன் முனையில்"

அவள் சொல்வதைப் புரிந்துகொள்ள எனக்கு மீண்டும் பிந்தியது. நான் சற்றுக் குழம்பி "என்ன சொல்கிறாய் எங்கே நசுக்கினாலும் பற்பசை பிதுங்கி வருகிறதுதானே?" என்றேன்.

"முட்டாள்" என்று காதை இருபுறமும் பிடித்துக் கொண்டு கத்தினாள். நான் திகைத்து "சரி" என்றேன்.

○

அத்தான் எங்களைத் தேடிக் கடல் வழியாகக் கொழும்புப் பட்டணத்திலிருந்து வந்து சேர்ந்தார். அத்தான் தேடிவந்ததில் அக்காவைவிட எனக்கு ஆச்சரியம் இல்லை; இந்திய இராணுவம் யாழ்ப்பாண வைத்தியசாலைக்குள் நுழைந்து சுட்டபோது தாதியாகவிருந்த அவரின் அம்மா கொல்லப்பட்டார். எஞ்சிய காலத்தில் அவரின் அப்பாவும் மரித்துப் போனார். இப்போது அக்காவை விட்டால் அவருக்குத் எந்தத் துணையும் இல்லை.

அத்தானைக் கண்டவுடன் அக்கா விம்மிவிம்மி அழ ஆரம்பித்தாள். அப்பா திகைத்துப்போய் அத்தானைப் பார்த்துக்கொண்டிருந்தார். "இவளை என்னுடன் கூட்டிச்சென்று விடுகிறேன் மாமா" என்றார்.

அத்தான் வந்தவுடன் நினைத்தபடி அக்காவை அழைத்துச்செல்ல முடியவில்லை. எப்படிக் கூட்டிச் செல்ல முடியும். எல்லாம் முற்றுகைக்கு உள்ளாகியிருந்தது. நிலம் அதிர்ந்து பங்கருக்குள் செம்மண்ணை உதிர்த்துக் கொண்டிருந்தது.

செவிகள் அந்த எறிகணைகளின் ‘விஷுக்’ சந்தங்களுக்கு பழகி ஓய்ந்துகொண்டிருந்தன.

‘விஷுக்’ என்ற சீறலுடன் எறிகணை எங்களைத் தாண்டி அருகிலிருந்த வேப்பம் மரத்தில் வீழ்ந்து வெடித்தது. தரையோடு தரையாக நாங்கள் எல்லோரும் படுத்திருந்தோம். அடுத்த எறிகணை உடனே வரலாம். அக்கா என்னை அழைத்துக்கொண்டு பங்கருக்குள் பாய்ந்தாள். தொடர்ச்சியாக நிலம் அதிர்ந்து கொண்டிருந்தது.

“உனக்கு ஆயிசு கூட என்று சோதிடக்காரன் சொன்னான், உன்னுடன் இருந்தால் எனக்கும் ஒன்றும் ஆகாதில்ல” என்று மருண்ட பெரிய விழிகளுடன் அக்கா கேட்டபோது அவளின் கைகளை அழுத்திப் பற்றினேன். “உனக்கு ஒன்றுமே ஆகாது அக்கா” என்றேன். அக்கா என்னை இறுக்கி அணைத்தாள்.

❍

“ஏன் உன் உதடு இத்தனை தடித்துப்போய் வறண்டுள்ளது?”

“என்ன?”

“புகைத்தால் சுவிங்கம் மெல்லத் தெரியாதா?”

“மென்றேனே,” என்றேன். பெல்லாவை படுகையிலிருந்து இழுத்து. “கடும் நாற்றம்,” என்றாள். நான் புண்பட்டு, “இப்போது என்ன?” என்றேன். அவள் சுருங்கிய என் முகத்தை உற்றுப் பார்த்து, “தயவுசெய்து அடுத்தமுறை வாயை நன்றாகத் துப்புரவாக்கிக் கொள்,” என்றாள். நான் அவளைப் போர்வைக்குள்ளிருந்து இழுத்துச் சத்தமாக முத்தமிட்டேன். அவள் கண்கள் விம்மி, ஒரு துளி அவள் இடப்பக்க வெற்று மார்பின்மீது சொட்டியது.

❍

எனக்கு அதிகமாக வியர்த்தது. தண்ணீர் வேண்டும் என்று நாக்கு அடம்பிடித்துக் கொண்டிருந்தது. அத்தானும் அக்காவும் கைவீசி நடந்து வந்துகொண்டிருந்தார்கள். அக்கா பூரிப்பு. முகத்தில் அவ்வப்போது முகிலில் மறையாத சந்திரன்போல வந்துவிட்டுச் செல்வதாகத் தெரிந்தது. இரவில் தூக்கம் வராதபோது குடிசைக்கு வெளியே சந்திரனைப் பார்த்து அக்காவின் முகமாக நினைத்துக் கொள்வேன்.

குடத்தைக் கவிழ்த்து எனக்கு நீரை அள்ளி வார்த்தாள்.

பசி எங்களைப் பிசைந்து எடுத்தது. அரிசிக்கும் தேங்காய்க்கும் எங்கெல்லாமோ அலைய வேண்டியிருந்தது. அவ்வப்போது

வானத்தில் தோன்றும் பொம்மர்கள் எங்கும் செல்லாமல் பங்கருக்குள்ளே கட்டிப்போட்டன. அத்தான் எங்களை இருக்கச் சொல்லிவிட்டு உணவு தேடி எடுத்து வருவதாகச் சொல்லிச் செல்வார். எப்போது திரும்பும்போதும் அவர் கைகளில் அரிசி சுற்றிய பேப்பர்க் கட்டு அல்லது பாண் இருக்கும்.

அன்று நல்ல இருட்டு, உணவுத் தேடிச்சென்ற அத்தானுடன் பொம்மரும் கிளம்பிச் சென்றிருந்தது. மிக அருகிலே குண்டுகள் வீழ்ந்து வெடிக்கும் சத்தம். அக்காவும் அப்பாவும் பதற்றம் அடைய ஆரம்பித்தார்கள். நீண்ட நேரமாக பங்கருக்குள் இருந்தும் அத்தான் வரவில்லை. சொல்லாத செய்தியை அது தெரிவித்தது. அக்காவின் முகத்தைப் பார்த்தேன்.

❍

"ஏன் இத்தனை நீரை தினமும் அநியாயமாக்குகிறாய்?"

"தினமும் அதிகாலையில் குளிக்காவிட்டால் தேகம் கடிக்கும்" என்றேன். பெல்லா சினந்து பார்த்துவிட்டு, கதவை இறுக்கி அடித்துச் சாத்திக்கொண்டு புறப்பட்டாள். அவளுடன் சேர்ந்து பயணிப்பது வெகுவாக அருகிவிட்டது. இப்போது அவள் வேலை மாறிவிட்டாள்.

❍

"இங்கெல்லாம் பிரஞ்சுக் காரங்க குளியலுக்கு இத்தனை நீரைப் பயன்படுத்த மாட்டங்க; எங்களைப் போன்ற குடியேற்றவாசிகளைத் தவிர்த்து," அப்ரோடர் அன்றைய மாலை இடைவேளையில் என்னிடம் இதைச் சொன்னான். பிரஞ்சுக் குளியல் என்பது ஒத்தடம் கொடுப்பதுதான். சுடுநீரில் துணியை ஒற்றியெடுத்து உடல் முழுவதும் பூசிக்கொள்வது. வாரத்துக்கு இரண்டு முறைதான் முற்றாக நீரில் வீழ்ந்து தங்களைக் கரைப்பார்கள். ஜமைக்காவிலிருந்து பிரான்சுக்கு வந்து பதின்மூன்று வருடங்கள் ஆகியும் அப்ரோடர் இன்னும் திருமணம் செய்துகொள்ளவில்லை. ஏனென்று கேட்டால் "பணம் ஊருக்கு அனுப்பிக் கொண்டே இருக்க வேண்டுமல்லவா?" என்பான்.

❍

பெல்லாவுடனான உரையாடல் குறைந்து செல்லக் குழந்தையும் பிறந்தது. பச்சைக் கண்களும் பொன்னிற முடியுமாக அவளின் சாயலில் பிறந்திருந்தாள். என் சாயலைத் தேடி அவளது மாசற்ற நெற்றியில் கண்டு கொண்டேன். என் அம்மாவைப்போலவே வளைவான நீண்ட நெற்றி அவளுக்கும்.

"உன்னைபோலவே இருக்கிறாள்" என்றேன்.

மருத்துவமனையில் நினைவு திரும்பிக் கொண்டிருந்தவள், "ஆம் அவள் என் குழந்தை," என்றுவிட்டு என் கைகளைத் தட்டிவிட்டமை இரண்டு நாட்களாக என் இரவுத் தூக்கத்தை உடைக்கச் செய்தது.

நான் வீட்டுக்குள் நுழைந்தபோது குழந்தை தூங்கிக் கொண்டிருந்தது. அறையில் பால் வீச்சமும் சிகெரட் மணமும் கலந்திருந்தது. திறந்துவிட்ட யன்னலை வெறித்துப் பார்த்தவாறு பெல்லா புகைபிடித்துக் கொண்டிருந்தாள். எனக்குள் சட்டென்று நொந்தித்த கோபத்தை அடக்கிக்கொண்டு "பெல்லா இந்த நேரத்தில் நீ புகைபிடிக்கக் கூடாது," என்றேன். அவள் சற்றுத் திடுக்கிட்டு "இது என் வீடு" என்றாள். நான் சோர்ந்து "இது நம் குழந்தை," என்றேன். "நீ புகைப் பிடிப்பது குழந்தைக்கும் கேடு; வளரும் வரை சற்று நிறுத்தலாமே."

அவள் குளிரூட்டியைத் திறந்து ஒயின் போத்தலை எடுத்துத் திறந்து கிளாசில் வார்த்தாள். தடித்த இரத்தம் போல் கிளாசில் செந்நிற நூலாக வடிந்தது நிறைந்து.

❍

சடலங்கள் குமிந்திருந்தன. பொறுக்கவே முடியாத அளவுக்கு உடல்பாகங்கள் சிதறியிருந்தன. கைகள் வேறு கால்கள் வேறாக ஆங்காங்கே சிதறியிருந்தன. இரத்தத்துடன் மண் கலந்து வீசிய வாடை முகத்தில் அறைந்து அடிவயிற்றைப் பிசைந்து குமட்டியது. நானும் அப்பாவுமாக உடல்களைக் கடந்து அத்தானின் உடலைக் கண்டுபிடித்தோம். அவராக இருக்கக் கூடாது என்று நினைக்கமுதல் நீலச் சட்டை அவர்தான் என்று காட்டிக் கொடுத்தது. அருகே செல்லத் தலை திரும்பி முகம் முற்றாகப் பெயர்ந்து சிவந்த சதைகளாகக் கிழிந்திருந்தது. மூளை வெளியே கூழாக ஒழுகிக்கொண்டிருந்தது. நான் உடல் விதிர்த்துக்கொள்ள வாயை திறந்து உச்ச கதியில் கதற ஆரம்பித்தேன்.

❍

நான் மறுபடியும் அப்ரோடரைத் தேடிப் போனேன். மாலை வேளையில் அவனுக்குப் பிடித்த மேலேக்கா கோப்பிக் கடையில் சந்தித்துக்கொண்டோம்.

"அவளுடன் சேர்ந்து வசிப்பது இப்போதெல்லாம் மிகுந்த கடினமாக உள்ளது. எங்கள் குழந்தையைக்கூட அவள் தன் குழந்தையாக மட்டுமே கருதுகிறாள்" என்றேன்.

"உனக்குச் சரி வராவிட்டால், விவாகரத்து வாங்கிக்கொள் நண்பா."

"எனக்கு என் குழந்தையின் வாழ்க்கை முக்கியம், நான் அதைப்பற்றித்தான் யோசிக்கிறேன்."

"இந்தத் தேசத்தில் குழந்தைகள் தானாக வளர்ந்துவிடும் நண்பா; நீ கவலைப்படுவதுபோல எல்லாம் இல்லை. நீ உழைக்க வேண்டியது உனக்காக. வாரிசுகள் பதினெட்டு வயதுக்குப் பிற்பாடு கிளம்பிச் சென்றுவிடுவார்கள். அதற்குப் பிறகு உன்னைப் பார்த்துக்கொள்ளவும் உனக்குப் பணம் தேவை."

நான் திடுக்கிட்டுப் பார்க்க, "நமது சுயம்தான் இங்கு, மற்றதெல்லாம் அப்புறம்தான்" என்றான்.

○

அத்தான் இறந்த பின்னர் அக்கா முற்றாகவே மாறிப்போனாள். ஒருமாதக் கருவை வயிற்றில் சுமந்துகொண்டிருந்தது அப்போது எனக்குத் தெரியாது. அப்பா அதைச் சொல்லி அழும்போதுதான் அது புரிந்தது. எனக்குள் மெல்லிய வெறுப்பு ஒன்று எழுந்தது. பின்னர் வெறுப்பு தன்னிரக்கமாக மாறியது.

அங்கிருந்து மறுபடியும் இடம்பெயர நேர்ந்தது. அவசர அவசரமாக அங்கிருந்து கிளம்பிச் சென்றோம். சைக்கிளில் சாமான்களைக் கட்டி வயல்வெளிகளில் உருட்டிக்கொண்டு செல்லும்போது அக்கா எதுவும் பேசவில்லை. எங்கிருந்தோ பறவைகள் கூட்டமாக எங்களைத் தாழ்வாகக் கடந்து சென்றன. உற்றுப் பார்க்கக் கிளிகளின் கூட்டம் என்று தெரிந்தது. ஒரு கணம் அது மாயை என்றும் தோன்றியது. பறவைகள் கூட்டத்தை ஒரு பெரிய முகமாக வரைந்தேன். அத்தானின் சிதைந்த முகம்போல பெரிய வரைதலை அகம் கற்பனைக்குள் நிகழ்த்தியது. ஒரு திடுக்கிடலை உணர்ந்து அதை அழித்தேன். வானம் உருகிக்கொண்டிருந்தது.

○

நாங்கள் இராணுவக் கட்டுப்பாட்டுக்குள் நுழைய வேண்டி யிருந்தது. மொத்தமாகப் பதினேழு பேர் கூடியிருந்தோம். முன்னால் சென்றவர் வெள்ளைக் கொடியை ஏந்திப்பிடிக்க ஒருவர் பின்னர் ஒருவராக வரிசையில் சென்றோம். அப்பா முன்னால் நடக்க, அக்கா இடுப்பில் குழந்தையுடன் என்னுடன் வந்தாள்.

தூரத்திலே இராணுவம் மேல் வெடி வைத்து எங்களைத் தடுத்து நிறுத்தியது. நாங்கள் காதைப் பொத்திக் கொண்டு தரையில் குனிந்து அமர்ந்துவிட்டு, "நாங்கள் பொதுச்சனம்" என்று

கூச்சல் இட்டோம். பதிலுக்கு இராணுவம், "உங்களது ஆடைகளை முற்றாக நீக்குங்கள்," என்று ஒலிபெருக்கியால் கரகரப்பாக உத்தரவிட்டது. நாங்கள் எல்லோரும் தயங்கி நின்றோம்.

"உங்கள் உடலில் வெடி பொருட்கள் உள்ளனவா என்று நாங்கள் சோதனை செய்ய வேண்டும்," நாங்கள் ஒருவர் முகத்தை ஒருவர் தயக்கமாகப் பார்த்தோம். தந்தையும் தாய்மார்களும் பிள்ளைகளுமாக எல்லோர் முகத்திலும் விபரிக்க முடியாத உணர்வுகள் கொப்பளித்துச் சுடர்விட்டன. திடீரென்று இராணுவம் அமைதியைக் கிழிக்கும் வண்ணம் மறுபடியும் வான் நோக்கிச் சுட்டது. நாங்கள் திடுக்கிட்டு ஆடைகளைக் களைந்தோம். எங்கள் உடைகளைக் கைகளில் ஏந்திக்கொண்டு நிர்வாணமாக நின்றோம். தொலைவிலிருந்து இராணுவம் எங்களை முன்னகர்ந்து வரச்சொல்லிச் சைகை செய்தது.

அவர்களை நெருங்கிச் செல்லத் தரையோடு காப்பெடுத்து இராணுவத்தினர் துப்பாக்கியுடன் எங்களைக் குறிபார்த்துப் படுத்திருந்தார்கள். எங்களது ஒவ்வொருவரினதும் உடல்கள் பரிசோதிக்கப்பட்டன. பெண்களையும் ஆண் இராணுவத்தினர்களே பரிசோதித்தார்கள். தலையைக் குனிந்தவண்ணம் அருகில் இருப்பவர்களின் மீதான பார்வையை எல்லோரும் தவிர்த்ததுபோலத் தோன்றியது.

நிர்வாணமாக எங்களை அப்படியே நடத்திக் கூட்டிச் சென்றார்கள். "நாங்கள் ஆடைகளை அணியலாமா?" என்று யாரோ முணுமுணுத்தார்கள். நான் திரும்பிப் பார்த்தேன். அக்கா நிர்வாணமாக கரிய உடலுடனும் குழந்தையுடனும் என் பின்னே வந்துகொண்டிருந்தாள்.

○

நான் தோணியில் ஏறி ராமேஸ்வரம் வந்தபோதும் கொக்குகள் அலையலையாக என் தலைக்கு மேலாகக் கடந்துசென்றதை ஒரு திடுக்கிடலுடன் பார்த்தேன்.

குண்டுச் சத்தங்கள் கேட்காத தேசத்துக்கு இறுதியில் வந்திருந்தேன். இந்தியாவிலிருந்து எல்லை பாய்ந்து நேபாளத்திற்குள் நுழைந்து அங்கிருந்து ரஷ்யா சென்று, ரஷ்யாவிலிருந்து தரை வழியாகப் பல நாட்களாக, பல எல்லைகளைக் கடந்து பாரிஸ் வந்து சேர்ந்திருந்தேன். இரண்டு சோடி மாற்றுத்துணிகள் மட்டுமே அப்போது என்னிடம் இருந்தன.

○

அப்ரோடரிடமிருந்து விடைபெற்று வீடு செல்ல மனமில்லாமல் ஆற்றங்கரைக்குச் சென்றேன். உறக்கத்திலிருந்து விழித்த குழந்தையாக ஆறு புரண்டு ஒலியெழுப்பியது. மக்கள் கூட்டம் கூட்டமாகப் பொன்னிற ஈசல்களாகப் பிதுங்கிக் கரையெங்கும் பரவிக்கொண்டிருந்தனர். இரவாகியிருந்தது. நட்சத்திரங்கள் வானில் அலங்கோலமாக இறைந்து கிடந்தன. அவற்றைச் சம்பந்தமில்லாமல் எண்ண ஆரம்பித்தேன். பின்னர் சலிப்படைந்து என் தேசத்தை நட்சத்திரங்களைப் புள்ளிகளாக இணைத்துக் கற்பனையில் வரைந்தேன். வரைய வரைய உற்சாகம் என் மீது படிய ஆரம்பித்தது. சட்டென்று அதை உணர்ந்தேன் "அம்மா அம்மா" என்று முனகியவாறு உடைந்து அழ ஆரம்பித்தேன். ஆற்றின் இரைச்சல் பெரும் தனிமையை உருவாக்கிச் சென்றது. சுற்றிலும் பார்த்துவிட்டுக் கண்களைத் துடைத்தேன்.

❍

எங்கள் குழந்தை வளர்ந்து செல்லச்செல்ல எங்களுக்கு இடையேயான பேச்சும் முற்றாக வடிந்து காணாமல் போயிருந்தது. இருவருக்கும் தனித்தனியேயான வீட்டுத் திறப்புக்கள் இருந்தன. எனது வேலை முடிய நானும், அவளது வேலை முடிய அவளுமாக வீட்டுக்குள் வருவதும் போவதுமாக இருந்தோம்.

❍

"நாம் விவாகரத்து வாங்கிவிடலாம் . . ."

"நமக்குள் என்னதான் பிரச்சினை?"

"நீ என் மகளை பார்க்கும் விதத்தில் தவறுகள் இருக்கின்றன."

"பெல்லா . . ." நான் வார்த்தைகள் சிந்திச் சிதற நடுக்கம் கொண்டு அவளைப் பார்த்தேன்.

❍

மொழிபெயர்ப்பாளர் என்னிடம் வக்கீல் கேட்கும் கேள்விகளுக்குப் பதில்களை வாங்கி நீதிபதியிடம் பிரஞ்சில் சொல்லிக்கொண்டிருந்தார். கைகளை விரித்து நீட்டினால் முட்டும் அளவிலிருந்த அறையில் வழக்கு நடந்துகொண்டிருந்தது. "என்னால் விவகாரத்துக் கொடுக்க முடியாது" என்றேன்.

பெல்லாவும் அவரது வக்கீலும் தொடர்ந்து குளியலறைச் சம்பவத்தை விலாவரியாகச் சொல்லிக்கொண்டே இருந்தார்கள். நிர்வாணமாக மகளைத் தன் கணவர் நிர்வாணத்துடன் குளிப்பாட்டியதைத் தான் பல தடவை பார்த்ததாகவும்,

பலதடவை சொல்லியும் கணவர் அதைக் கேட்கவில்லை என்று பெல்லா நீதிபதியிடம் சொல்லிக்கொண்டிருந்தாள்.

இந்த வழக்கு வென்றால், விவாகரத்துக் கிடைப்பது மட்டுமல்ல மகளைப் இனிமேல் பார்க்க முடியாது என்பதே தீர்வாகும். கோடை வெயிலில் பிளக்கும் நிலம்போல என் அகம் வெடித்துக்கொண்டிருந்தது. எங்கேயோ ஓர் ஆழத்தில் சொற்களற்ற மொட்டைக் காட்டில் செய்வதறியாது திகைத்துக் கிடந்தேன்.

மூன்றரை மாதங்களுக்குப் பின்னர் நீதிமன்றத்திலிருந்து தீர்ப்பு வந்தது.

○

ஆற்றங்கரையில் அமர்ந்து, ஓடி சலசலத்து வழுக்கிச் செல்லும் நீரைப் பார்த்துக்கொண்டிருந்தேன். வானிலிருந்து இறங்கிய பெரிய பறவைக் கூட்டம் வட்டமடித்துத் தாழ்ந்து என்னைக் கடந்து சென்றது. பறவைகளிலிருந்து என் பார்வை கூட்டம் கூட்டமாகக் குமியும் மக்களிடையே சென்றது. எண்ணற்ற ஆயிரம் முகங்கள். 'விஷுக்' என்று சிறகடிப்புடன் பறவைகள் என் தலைக்கு மேலே பறந்தன.

○○○

கல்குதிரை, 2020

கர்ப்பப்பை

“இது என்ன?” அமலா சுட்டிய திசையில் மிருதுவான உடல் கொண்ட சிலிக்கன் பொம்மை கிடையாக வீழ்ந்திருந்தது. செயற்கையான பிளாஸ்டிக் கேசம் அலையாகக் கலைந்து அதன் முகத்தை மறைத்தது. அமலாவை நோக்க இயலாமல் என் கண்கள் வளைந்து சரிந்தன. எனக்குள் அவமானத்தை மீறிப் பயமும் கிளர்ந்ததை உணர்ந்து துணுக்குற்றேன்.

“இது செக்ஸ் டோல்தானே?” என் நாடியைத் தன் சுட்டுவிரலால் நீட்டித் தொட்டுக் கேட்டாள். அவளின் கைகளைத் தட்டிவிட்டேன்.

“சொல்லு . . .”

“ஓம் . . .”

என் கண்களை வெறித்துப் பார்த்துவிட்டு ஒன்றும் சொல்லாமல் விறுவிறுவென்று நடந்து சென்று தன் குளிரங்கியை அணிந்து கொண்டு புறப்பட்டாள். அவளைத் தடுத்து நிறுத்த எந்த விதமான சமாதானத்தையும் என்னால் சொல்ல இயலவில்லை.

அந்தப் பொம்மையை அமேசன் இணைய தளத்திலிருந்து இருநூறு ஸ்ரேலிங் பவுண்டுக்கு வாங்கியிருந்தேன். பார்ப்பதற்கு ஏறக்குறைய மெய்யான பெண்போலவே தோற்றம் கொடுக்கும். பிளாஸ்டிக்கால் உருவாக்கப்பட்ட அதன் உடல் முற்றிலும் மானுடத் தன்மை வாய்ந்ததாக இருந்தது. நிஜமான பெண்ணின் தசைகளுக்குரிய மென்மையுடன் வடிவமைக்கப்பட்டது. ஒரு

பெண்ணைப் புணர்வதுபோலப் புணர இயலும். அலுமாரிக்குள் பத்திரப்படுத்தி வைத்திருந்ததை அமலா பார்த்துவிட்டாள்.

○○○

மறுநாள் பல்கலைக்கழக மதுச்சாலையின் வெளிப்புறம் அமர்ந்து பிரிட்டிஷ் நிலத்தின் இலையுதிர் காலத்துக் குளிரை அனுபவித்தவாறு பியர் அருந்திக் கொண்டிருக்கும்போது என் தோள் மூட்டை யாரோ தொட்டார்கள். திரும்பும் போதே என் உள்ளுணர்வு சொல்லிவிட்டது இது அமலாவின் கைதான் என்று.

"இங்கே என்ன செய்கிறாய்?"

"வகுப்புகள் முடிவடைந்துவிட்டன, வீடு செல்ல நேரம் இருக்கிறது."

"இரு எனக்கு ஒரு பாயின்ட் பியர் வாங்கி வருகிறேன்."

சற்று நேரத்தில் நுரைத்துத் ததும்பிய பியரை கிளாஸில் ஏந்திக்கொண்டு என் முன்னே வந்து அமர்ந்தாள். மெல்ல மெல்ல மாணவர்களால் மதுச்சாலை நிரம்பிக் கொண்டிருந்தது.

"நீ மிகவும் தனிமையில் இருக்கிறாயா?"

அவளை நிமிர்ந்து பார்த்தேன். எதை நோக்கி வருகிறாள் என்று புரிந்தது. என் உணர்வுகள் புறாவின் சிறகடிப்புப்போல் பதற்றம் கொள்ளலாகின. முடிந்தவரை நிதானத்தை உருவாக்கி ஒரு புன்னகையை மட்டும் ஒளிர்வித்தேன். தன் நெற்றியில் புரண்ட கேசத்தை இடக்கையால் கோதி மேலே தள்ளிவிட்டாள்.

அமலாவைப் பல்கலைக்கழகத்தில் முதன்முதலில் சந்தித்தபோது, அவளை ஒரு ஈழத்துத் தமிழ்ப் பெண்ணாக நினைத்துப் பார்க்கவே இயலவில்லை. கழுத்துவரை ஒட்ட வெட்டிய முடிவெட்டு, உடல்மொழி என்பவற்றைத் தாண்டி இன்னும் ஏதோவொன்று அவளைத் தமிழ்ப் பெண்ணாக ஏற்றுக்கொள்வதில் இடறச் செய்தது.

பல்கலைக்கழக உடற்பயிற்சிக் கூடத்தில் உடற்பயிற்சி செய்யச் செல்லும்போது தற்செயலாக அறிமுகமாகினாள். உச்சரிப்பையும் உடல் மொழியையும் பார்த்த பின்னர் இங்கிலாந்தில் பிறந்து வளர்ந்த இரண்டாவது தலைமுறையாக இருக்கும் என்றே முதலில் நினைத்திருந்தேன். அவள் அசட்டையாக, "நான் கிளிநொச்சி, இங்கு வந்து இரண்டு வருடங்கள்தான்," என்று சொன்னபோது வியப்பால் நொறுங்கிப் போனேன். அந்த வியப்பு வளர்ந்து சுழித்து மெல்ல அவளை நோக்கி ஈர்த்தது.

கலைப்பிரிவு என்னுடைய வளாகத்திலிருந்து நீண்ட தூரம் தள்ளியிருந்ததால் நேரில் சந்திப்பது மிகக் குறைவே. பின்னர் ஒருமுறை நான் தங்கியிருக்கும் வீட்டுக்குள் வந்தாள். அது அவளின் வளாகத்துக்கு அருகாமை என்பதால் அடிக்கடி என்னுடன் கேரம் போர்ட் விளையாட வருவாள். ஒரு நாள் கேரம்போர்ட் விளையாடிக்கொண்டிருக்கும்போது தன்னுடைய கடந்தகாலக் கதையைச் சொன்னாள். மிக உருக்கம் நிறைந்த இந்தக் கதையை எப்படியாவது எழுதிவிட வேண்டும் என்று திட்டமிட்டுக்கொண்டிருக்கும்போது மலேசியாவிலிருந்து நவீன், வல்லினம் இதழுக்காக சிறுகதை கேட்டிருந்தது நினைவுக்கு வந்தது.

நிதானமாகப் பின்னேரப் பொழுதில் அவளின் உண்மைப் பெயரிலே கதை எழுத ஆரம்பிதேன்.

1

அமலா மயக்கத்தில் சுய பிரக்ஞை தவறிப்போய் வைத்திய சாலைப் படுக்கையில் வீழ்ந்திருந்தாள். அவளின் ஒற்றைக் கை படுக்கையிலிருந்து வெளியே நீட்டியவாறு இருந்தது. வயிற்றின் அடியே கட்டிய கட்டுத்துணி இரத்தத்தால் ஊறிக் கடுமையாகச் சிவந்து போயிருந்தது. அவளருகே தாதி மிகுந்த படபடப்புடன் நின்றிருந்தார். வேகமாக வந்த வைத்தியசாலைச் சிப்பந்திகள் இருவர் அமலாவைப் படுக்கை விரிப்புடன் தூக்கிச் சக்கரங்கள் பூட்டப்பட்ட படுக்கையில் கிடத்திச் சத்திர சிகிச்சைப் பகுதிக்கு அழைத்துச்சென்றனர்.

வெளியே எறிப்பாவா?”

“ஓம் டொக்டர் . . .”

“ஷெல் துண்டு, அடிவயிற்றைக் கிழித்து உள்ளே போயிருக்கு, கர்ப்பப்பையில் இருந்த குழந்தை சிதைந்துவிட்டது. முற்றாக வெட்டி எடுத்து அகற்ற வேண்டும்,” என்று வைத்தியர் வேகமாகச் சொன்னார்.

மூக்குக் கண்ணாடிக்குள் அசைந்த அவரது விழிகளைப் பார்த்தவாறு சிவசங்கரம் அமைதியாக நின்றார். அவரது முகம் மேலும் விறைத்துக்கொண்டிருந்தது.

“இதையெல்லாம் செய்ய எங்களிடம் வசதியில்லை, சத்திர சிகிச்சைக்கு உபகரணங்களும் இல்லை,” சொல்லி முடித்தபோது மூக்குக்கண்ணாடிக்குள் அவர் விழிகள் அசையாமல் குத்தி நின்றன.

2

அமலா சிவசங்கரம் சாவகச்சேரி வைத்தியசாலையில் பிறந்தபோது, இலங்கை இராணுவத்திற்கும் விடுதலைப்புலிகளுக்கும் இடையே யாழ்ப்பாண நிலப்பரப்பை கைப்பற்றுவதற்கான சார்ந்து கடும் சமர் நிகழ்ந்துகொண்டிருந்தது. குண்டுவீச்சு விமானங்கள் இரைச்சலுடன் தாழப் பறந்து குத்தி எழுந்து குண்டுகளை வீசின. இந்தக் கலவரங்களின் மத்தியில்தான் யோனியை உந்தித் தள்ளிக்கொண்டு தாயின் வயிற்றிலிருந்து அமலா வெளியே வந்தாள். மருத்துவர்களும் தாதிகளும் விரைவாகவும் அதேநேரம் பிழைகள் நேராமலும் பிரசவத்தைக் கவனித்து முடித்தார்கள். தொப்புள்கொடியை வெட்டிய நேரம், வாகனத் தரிப்பிடத்தில் எறிகணை வீழ்ந்து வெடித்தது. அதே சத்தத்தில் அரண்டு முதன்முதலாக வாயைத் திறந்து அமலா அழ ஆரம்பித்தாள்.

அமலா பிறந்த பின்னர் கிளிநொச்சி நிலப்பரப்புக்கு அவர்கள் குடிபெயர்ந்தார்கள். ‘வெல்லம்கட்டி’ என்ற ஊரில், சிறிய மண் வீட்டில் மீண்டும் வாழ்க்கையை ஆரம்பித்தபோது, யுத்தம் வலுக்க ஆரம்பித்தது. அந்த யுத்தத்திற்குள் அமலா மெல்லமெல்ல வளர ஆரம்பித்தாலும், அவளது வளர்ச்சி வேகமாக நிகழ்ந்ததுபோல அப்பா சிவசங்கரத்திற்குத் தோன்றியது.

அமலாவுக்கு மொழிக் கற்றல் வேகமாக வசப்பட்டது. தமிழ் மட்டுமல்லாது ஆங்கிலத்திலும் கெட்டிக்காரியாகப் பிரகாசிக்கத் தொடங்கினாள். அவளது ஆங்கில அறிவு அங்கிருந்த பாடசாலை ஆசிரியரை ஆச்சரியம் கொள்ளச் செய்தது. கணிதம், விஞ்ஞானம் போன்றவற்றில் படு சூட்டிகையாக விளங்கும் மாணவர்கள்கூட ஆங்கிலத்திற்கு நூற்றுக்கு நாற்பதிற்கும் குறைவான புள்ளிகளே எடுத்தார்கள். ஆனால் அமலா எண்பதுக்கு மேற்பட்ட புள்ளிகளைத் தொடர்ந்து எடுத்து தனது கெட்டித்தனத்தால் மற்றவர்களை விழியொளிரப் பார்க்கவைத்தாள்.

போர் மீண்டும் உக்கிரமானபோது, அமலா பாடசாலைக்குச் செல்வது தடைப்பட்டது. கண்டிப்பாக வீட்டுக்கு ஒருவர் போராட்டத்தில் இணைய வேண்டும் என்ற கோரிக்கை வரிச் சீருடை அணிந்த விடுதலைப்புலிப் போராளிகளால் வீடுவீடாகப் பிரசாரங்களாக ஆரம்பிக்கப்பட்டன. அமலா தனிப்பிள்ளை. அம்மாவும் அப்பாவும் அதிமாகவே பயப்பட ஆரம்பித்தனர்.

“இளந்தாரிப் பொடியன்களைத்தான் கேட்கிறார்கள், அமலா சின்னப் பெட்டை, அவளுக்கு ஒன்றும் ஆகாது,”

என்று பக்கத்து வீட்டுச் செல்லம்மா ஆச்சி அப்பாவைச் சமாதானப்படுத்தினார்.

சிறிது காலம் செல்ல, அதிகாலையில் கண் விழித்துத் துயில் எழும் பதின்மவயது சிறுவர் சிறுமிகளைப் பிக்கப் வாகனத்தில் வந்து இயக்க உறுப்பினர்கள் அழைத்துச்சென்றனர். பள்ளிக்கூடம் செல்பவர்கள், வீடு திரும்புபவர்கள், விளையாடச் சென்றவர்கள் என்று பலவந்தமாகச் சிறார்கள் இயக்கத்தினரால் பிடித்துச் செல்லப்பட்டனர். அடர் காட்டுக்குள் இருக்கும் பயற்சி முகாம்களில் தலைமயிர் ஒட்ட வெட்டப்பட்டு ஆயுதப் பயிற்சிகள் கொடுக்கப்பட்டன. பிள்ளைகளைப் பெற்றவர்கள் இயக்க அலுவலகங்களின் வாசல்களில் தங்கள் பிள்ளைகளைத் தேடி அலைந்தனர். அவர்களது விழிகள் ஈரமாகித் தவித்திருந்தன.

அமலா வீட்டருகே குடியிருந்த தர்ஷிகாவை இயக்கத்தினர் இழுத்துச் சென்றபோது அவள் மாலையில் பிள்ளையார் கோவிலுக்கு விளக்கேற்றித் தேவாரம் பாடிவிட்டு வீட்டுக்கு வந்திருந்தாள். பதினைந்து வயதுதான் அவளுக்கு ஆகியிருந்தது. இரண்டு வயது இடைவெளியில் தம்பியும் நான்கு வயது இடைவெளியில் தங்கையும் தர்ஷிகாவுக்கு இருந்தனர். அவளது அப்பாவும் அம்மாவும் எவ்வளவு கெஞ்சிக் கேட்டும் பொருட்படுத்தாமல் இழுத்துச்சென்றனர் அவர்கள்.

“நமது தேசம் நாளுக்குநாள் சுருங்கி வருகிறது; எத்தனையோ இளம் குருத்துகள் போராட்டத்தை பலப்படுத்த நமக்காகக் களத்தில் போராடி இரத்தம் சிந்தி வருகிறார்கள். அவர்களுக்கான ஆதரவைக் கொடுப்பது உங்கள் கடமை அல்லவா!” என்று வரிச்சீருடை அணிந்த புலிவீரன் சொல்லி முடிக்க முதல் புகையைக் கக்கிக்கொண்டு அந்தப் பிக்கப் வாகனம் சீறிச் சென்றது.

அன்று இரவு முழுவதும் சிவசங்கரம் வெளி முற்றத்தில் ஓலைப் பாயில் படுத்தபடி கடும் யோசனையில் தொலைந்து கொண்டிருந்தார். அவரது மனைவி “என்னப்பா யோசிக்கிறீயள் ?”, என்று கேட்டபோது, “பிள்ளையை பிடிச்சுக் கொண்டு போய்விடுவாங்களோ என்று பயமாய் கிடக்குது,” என்றார்.

வானம் பொத்தல் விழுந்த மிகப்பெரிய போர்வையாகப் பரவியிருந்தது. ஒளித் தீட்டுகளாக எறிகணைகளின் பாய்ச்சலில் கங்குகள் புள்ளிப்புள்ளியாகத் தோன்றின. “உள்ள வந்து படுங்கப்பா” என்று மனைவி சொன்னார்.

கலியாணம் செய்துவைத்தால் புலிகள் பிடிக்கமாட்டார்கள் என்ற யோசனை அவருக்கு மங்கலாக உதித்தது. காலையில்

எழுந்து பக்கத்து வீட்டுச் செல்லம்மாக் கிழவியிடம் அதைச் சொன்னார். "அப்படியேதும் செய்யாத ராசா, அவள் வாழ்க்கை அநியாயமாகப் போயிடும்," என்று சேலையை வாயில் பொத்தியவாறு அடைத்த குரலில் சொன்னார். "இல்லாவிட்டால் அவள் உயிரே போயிடும்", என்று சொல்லிவிட்டுத் தலையைச் சாய்த்தவாறு படலையைத் தாண்டி நடந்தார்.

அவர் யோசிக்க அவ்வளவு அவகாசம் இருக்கவில்லை. விடுதலைப் புலிகளின் பல்வேறு முகாம்கள் தாக்கியழிக்கப்பட்டவாறு இருந்தன. தினமும் எல்லைகள் சுருங்கி வந்தன. 'ஆயுதத் தளபாடங்கள் நம்மிடம் உண்டு, போராட ஆட்பலம் மட்டுமே போதாது,' என்று வீதி வழியே மக்கள் வாழும் இடங்களில் ஒலிபெருக்கியால் அறிவித்தவாறு இருந்தார்கள். இன்னுமொரு பக்கம் வேகவேகமாக வலுக்கட்டாயமாகப் போராட்டத்திற்கு ஆட்கள் சேர்க்கப்பட்டனர்.

அமலாவுக்கு விரைவில் திருமணம் செய்துவைப்போம் என்று மனைவியிடம் சொன்னபோது "மாப்பிள்ளைக்கு எங்கே போவது?" என்று மட்டுமே அவர் கேட்டார்.

3

அமலாவின் மச்சான் மயூரனுக்கு அவளைவிடப் பதினைந்து வயது அதிகமாக இருந்தது. அவனது அம்மா நவராணி எப்போதாவது வீட்டுக்கு வந்துசெல்வார். அப்பா வழியில் ஒன்றுவிட்ட தங்கை; அவரது கணவர் பலகாலம் முன்னர் நவராணியுடன் ஏற்பட்ட சண்டையில் பூச்சிமருந்து குடித்து மரித்துப்போனார்.

மகனுடன் வந்த நவராணி அமலாவை அருகில் அமர்த்தி "என் ராசாத்தி, ஒன்றும் யோசியாத. எங்களுடன் வந்திரு. எதுவும் ஆகாது," என்று கையைத் தடவினார்.

மயூரனின் தோற்றம் வயதைவிட அதிகமாகக் கூட்டிக் காட்டியது. தடித்த புருவங்கள் கொண்ட இமையும் கொழுத்த கன்னங்களும் அமலாவை இன்னும் பயமுறுத்தின. இவனைத்தான் திருமணம் செய்ய வேண்டும், இன்னும் இரண்டு நாட்களில் என்று சிவசங்கரம் சொன்னபோது, அமலாவின் கண்கள் அசையாமல் அரண்டு நின்றன.

அவளின் வகுப்பில் அவளுடன் கூடப் படித்த எல்லோரும் ஒருவர்பின் ஒருவராகப் பெரிய பிள்ளை ஆனபோது அமலா மட்டுமே தனித்திருந்தாள். அவளைத் தவிர எல்லோரும்

பெரிய பிள்ளை ஆகிவிட்டது அவளை வருத்திப் போட்டது. பாடசாலையில் அடிக்கடி கை நகங்களை மறுகையால் பிடுங்கிக்கொண்டு யோசனையில் அமிழ்ந்து போனாள். அவளுக்கு ஒரு ராஜகுமாரன் மனதில் இருந்தான். அவனைச் சுற்றிக் கனவுகள் சிலந்தியின் வலைகள் என விரிந்து வளர்ந்தன. கனவில், அவனும் அவளுமாக நீர்வீழ்ச்சி ஒன்றை நோக்கி நடந்துகொண் டிருந்தார்கள், சீறிப்பாயும் நீர்வீழ்ச்சியின் மேலே சூரியன் பொன்னிறத்தில் வீழ்ந்து மறைந்துகொண்டிருந்தது. அதன் கதிர்கள் நீர்வீழ்ச்சியில் பட்டு அதில் வடியும் நீர் செந்நிறத்தில் ஒளிர்ந்தது. பாதங்களின் கீழே நெளிந்து ஓடும் நீரைக் கூர்ந்து பார்த்த அமலா திடுக்கிட்டுத் தொட கையெங்கும் பிசுபிசுப்பாக இரத்தம் ஒட்டியது. நித்திரையிலிருந்து விழித்த அமலா அன்று முழுவதும் வயிற்று வலியால் அவதிப்பட்டாள். அந்தியில் கருப்பையிலிருந்து யோனி வழியாக முதலாவது உதிரப்போக்கு நிகழ்ந்து பூப்படைந்தாள்.

மயூரனைத் தன்னுடைய அந்தரங்க ராஜகுமாரனாகக் கற்பனை செய்துபார்க்க இயலவில்லை. அம்மாவிடம் சென்று எனக்குத் திருமணம் வேண்டாம் என்று சொல்ல நினைத்துத் தடுமாறிச் சொன்னபோது “என்னவாக இருந்தாலும், அப்பாவிடம் சொல்லு,” என்று அம்மா கை விரித்தார்.

“அவன் நல்ல ஆம்பிளைப் பிள்ளை, வயல் வேலையில் உரமேறிய கைகளையும் நெஞ்சையும் பார், நல்ல வேலைக்காரன்,” என்று அப்பா சமாதானப்படுத்தினார். அவள் பயந்ததிற்கான பதில் அப்பாவிடமிருந்து கிடைக்கவில்லை.

திருமணம் செய்யமாட்டேன் என்று அவள் அடம்பிடித் தாலும் தகப்பனின் ஏச்சு அவளை அம்புப் படுக்கையில் தூக்கியெறிந்தது. “திருமணமானவர்களுக்கு மட்டும்தான் இயக்கம் விலக்களித்துள்ளது, நீ உயிருடன் இருக்கணும் ராசாத்தி,” என்பதோடு நிறுத்திக்கொண்டார்.

திருமணம் அவசர அவசரமாக நிகழ்ந்து முடிந்த கையோடு நவராணியும் மயூரனும் அமலாவை அங்கிருந்து எட்டு மைல் தொலைவிலிருக்கும் தங்களுடைய வீட்டுக்கு அழைத்துச் சென்றனர். அந்த வீட்டில் அவளுக்குப் பெரிதாக வேலை இருக்க வில்லை. மாமி நவராணிக்கு ஒத்தாசையாகச் சமைப்பதும், விறகுகள் சுள்ளிகள் பொறுக்கி வீட்டை துப்புரவு செய்வதுமே வேலைகளாக இருந்தன.

மயூரனுடன் இரவுகளில் இருக்க அவள் அஞ்சசச் தொடங்கினாள். குருத்துப் போலிருந்த அவள் உடலை, மயூரனது

தடித்த விரல்கள் கொண்ட கைகள் புரட்டிப் போட்டன. அவனது மூர்க்கம் அவளைத் துடியாய்த் துடிக்க வைத்தது. அவனது தாம்பத்திய வேகத்துக்கு ஈடு கொடுக்க முடியாமல் வலியால் அமலா அழத் தொடங்கினாள். அவள் விசும்பும்போது, மயூரனது கைகள் அவளது கன்னங்களைப் பதம் பார்க்கும். கண்களில் கண்ணீர் துளிர்க்கும்போது அமலாவின் தொண்டையை அவனது கைகள் அழுத்திப் பிடிக்கும். அவனது உடல் பாரமும் வேகமும் முற்களாகக் குற்றி உடலைச் சிதைய வைத்தன. படுக்கையில் துயிலில் இருக்கும்போது, அவளது சம்மதம் இல்லாமல் பின்புறமாக இருக்கும் ஆடையை விலத்திக் குதப்புணர்ச்சிக்கு உட்படுத்தினான். தினமும் தொடரும் சித்திரவதையை வெளியே சொல்ல முடியாமல் அவளது மனமும் உடலும் வெந்து போயிருந்தன. இறுதியில் அவள் கர்ப்பமாகினாள். அது அவளுக்குத் தெரிய முதலே அங்கிருந்து இடம்பெயர்ந்து செல்ல வேண்டி ஏற்பட்டது.

முகில்களைக் கிழித்து இரைந்து சமாந்தரமாக மிதந்துவரும் முக்கோண வடிவிலான கிபீர் விமானங்கள் குண்டுகளைச் சரியான இலக்கில்லாமல் வீசிக் குத்தி எழுந்து செல்லலாயின. பொதுமக்கள் குடியிருப்புப் பகுதிகள் வெடித்துச் சிதறின. தீப்பிழம்புகள் புகையுடன் எழுந்து பரவி வானைக் கருமையாக நிறைத்துக் கொண்டிருக்கும்போது தனக்குள் நிகழும் மாற்றத்தை உணரலாயினாள்.

அவர்கள் சென்று தங்கியிருந்த மாதா கோவிலில் கூட்டம் கூட்டமாக மக்கள் சேர்ந்த வண்ணம் இருந்தார்கள். ஒரு சுவர் மூலையை இடம் பிடிப்பது பெரும் பாடாக இருந்தது. அந்தத் துன்பத்திலும் தான் கர்ப்பம் தரித்துவிட்டதைத் தெளிவாக உணர்ந்தாள். விறகு பொறுக்கி கல் அடுப்பு மூட்டிக்கொண்டிருக்கும் மாமியிடம் அதைச் சொன்னாள். மாமி கொஞ்ச நேரம் அவளது முகத்தை அசையாமல் பார்த்துக்கொண்டிருந்தார். அக்கம் பக்கத்தில் சனம் சமையல் வேலைக்குக் குமிந்துகொண்டிருந்தது. அவளின் கையைப் பிடித்துத் தரதரவென்று உள்ளே இழுத்துச்சென்று, வெறுந்தரையில் சாரத்தை விரித்து படுத்திருந்த மகனை எழுப்பிக் காதுக்குள் அதைச் சொன்னார். அவன் தாயாரின் முகத்தை நிமிர்ந்து பார்க்கச் சங்கடப்பட்டான்.

அப்போது அந்த இரைச்சல் காதைக் கிழித்தது. விமானம் நெருங்கி வருவதற்கான அறிகுறி என்று வெளியே நின்ற சனங்கள் தேவாலயத்திற்குள் அள்ளுப்பட்டுப் புகுந்தனர்.

4

"இந்தக் கரு இப்போது வேண்டாம், கலைத்து விடுவோம்," என்று அவளது கணவர் மயூரன் சொல்லிக் கொண்டிருந்தபோது மாமியார் நவராணி கையை எடுத்துத் தன் தலையில் அடிக்கத் தொடங்கினார்.

"இப்படி நாங்கள் ஓடிக்கொண்டிருக்கும் போதுதானா இந்தச் சனியன் கர்ப்பமாகித் தொலைக்க வேண்டும்!"

வைத்தியசாலைக்கு அழைத்துச்செல்வது எல்லா நாட்களிலும் சாத்தியப்பட்ட ஒன்றாக இருக்கவில்லை. காயப்பட்ட பொதுமக்களாலும் போராளிகளாலும் எப்போதும் வைத்தியசாலை நிரம்பி வழிந்தது. இரத்தமும் சகதியுமாகக் குருதி வீச்சுடன் அந்தப் பிரதேசம் எரிந்து கொண்டிருந்தது.

காயப்பட்ட புலிப் போராளிகளை டிரக் வாகனங்களில் ஏற்றிவந்து குமித்துக்கொண்டிருந்தனர். வலியால் முனகின குரல்கள் எப்போதும் அங்கே ஓயாமல் ஒலித்துக் கொண்டிருந்தன. அந்தச் சூழலை அமலா அடியோடு வெறுத்தாள். அங்கிருக்கப் பிடிக்காமல் எப்போது வீடு செல்ல முடியும் என்று அவதிப்பட ஆரம்பித்தாள்.

தலைமைத் தாதியிடம் மாமியார் அதைச் சொன்னபோது "பதினெட்டு வயது இன்னும் ஆகவில்லை எங்களால் செய்ய முடியாது, தவிர எங்களிடம் அதற்கான மருத்துகளும் உபகரணங்களும் இல்லை," என்று அதட்டலாகச் சொல்லிவிட்டுத் தன் விழிகளைத் திருப்பிக் கொண்டார்.

அழைத்துவந்த நவராணி சினம்கொண்டு மருமகளிடம் எரிந்து விழுந்தார். "உனக்கு இப்ப என்ன அவசரம் என்று அவனுடன் படுத்தாய் கழுதை?"

5

நாட்கள் செல்லச்செல்ல அவளின் உடம்பில் மாற்றம் தெரியத் தொடங்கியது. சத்தான உணவு இல்லாமல் அவளது உடம்பு இன்னும் வாடி வதங்கியது. நவராணி அதற்கும் சளைக்கவில்லை, நாட்டுவைத்தியர் ஒருவரிடம் அழைத்துச்சென்றார். அவர் கொடுத்த கஷாயம் சிவந்த நிறத்தில் தடிப்பாக இருந்தது. அதனைப் பார்க்கப்பார்க்கக் குருதியின் எண்ணமாக அவளுக்குள் விரிந்தது. நான் குடிக்கவே மாட்டேன், என்று அமலா அடம் பிடிக்கத் தொடங்கினாள்.

“சனியனே கத்தாமல் குடி, கருவை கலைத்துவிடு. சண்டை முடிந்த பின்னர் வேறு பிள்ளை பெற்றுக்கொள்ளலாம். பிள்ளைத்தாய்ச்சியாக உன்னை அழைத்துக்கொண்டு அலைய முடியாது.”

கணவரும் வற்புறுத்தி அவளின் தொண்டைக்குள் அதனை வார்த்தார். தொண்டை முழுவதும் கசந்து எரிந்துகொண்டு சென்றது.

அவளின் தோல் நாளுக்கு நாள் தடிப்பாகிச் சென்றது. சிவந்து தடித்துப்போய் கொப்புளம் உருவாகத் தொடங்கின. அதனைப் பிறாண்டிப் பிறாண்டி உடலைப் புண்ணாக்கி வைத்திருந்தாள். உடல் சோர்ந்து படுத்த படுக்கையாக இருக்கும்போது அமலாவை அப்பா பார்க்க வந்தார்.

மகளைப் பார்த்த கோலம் அவரின் தேகத்தை விதிர்க்கச் செய்து சுழற்றிப் போட்டது. “அய்யோ என்ர மகளை என்ன செய்து வைச்சுட்டிங்க?” என்று அவர் கூக்குரல் இட்டது அந்த மண்டபத்தை நிறைத்தது. அதைச் செவிகொள்ளும் நிலையில் மற்றவர்கள் இருக்கவில்லை. படுத்திருந்த மகளைத் தன் கைகளால் நெஞ்சுடன் அள்ளியணைத்துக் கொண்டார். வெளியே கிபீர் விமானத்தின் வருகைக்கான அதிர்வு ஒலிக்கத் தொடங்கியிருந்தது.

முதலாவது குண்டு தேவாலயத்தின் அருகில் வீழ்ந்தது. மக்கள் தரையோடு தரையாகப் படுத்தார்கள். மேற்கூரை அதிர்ந்து ஒடிந்து கீழே சரிந்தது.

அமலாவின் விழிகளுக்குள் வெளிச்சம் படர்ந்தது. நிமிர்ந்து பார்க்கத் தலை முன்பக்கமாகச் சழன்றது. அவளின் வயிற்றிலிருந்து வடிந்த குருதி ஒழுகிச்சென்று புரண்டுகிடந்த அவளின் கையை நனைத்தது. இமைகள் மெலிதாக ஆடிக்கொண் டிருந்தன.

காயப்பட்டவர்கள் எல்லோரையும் ட்ராக்டரில் ஏற்றி வைத்தியசாலை நோக்கி ஓடத் தொடங்கினர். அமலாவின் கையைப் பிடித்தவாறு தந்தையும் அவளுடன் இருந்தார்.

6

“இதையெல்லாம் செய்ய எங்களிடம் வசதியில்லை, சத்திர சிகிச்சைக்கு உபகரணங்களும் இல்லை,” சொல்லி முடித்தபோது மூக்குக் கண்ணாடிக்குள் அவர் விழிகள் அசையாமல் குத்தி நின்றன.

“என்னதான் செய்ய முடியும்?”

அமலாவின் இரண்டு கால்களையும் விரித்துவைத்துப் பிறப்புறுப்புக்குள் கையைவிட்டுச் சிசுவைப் பிடுங்கிஎடுத்தபோது, பெண்ணுறுப்பு குருதியால் நிரம்பி தொடைகளின் இருபுறமும் நிறைந்து வழிந்து ஒழுகியது. தொடையில் வழிந்த குருதியைச் சுத்தம் செய்து பண்டேஜால் கட்டியபோது, வெளியே எறிகணை வீச்சு அதிகமாகத் தொடங்கியது. மருத்துவர்கள் அமலாவை விட்டுவிட்டு ஓடிப்போய் பங்கருக்குள் பாய்ந்து படுத்தனர்.

○

இதற்குப்பின் எப்படி எழுதுவது என்று தெரியாமல் அப்படியே மூடிவைத்தேன். ஒவ்வொரு முறையும் எழுத ஆரம்பிக்கும்போது அமலாவின் பெண் உறுப்பைப் பற்றிக் கற்பனை செய்ய ஆரம்பித்தேன். அதற்குள்ளிருந்து குருதி நிரம்பி வழிவதுபோலத் தோன்ற ஆரம்பித்தது.

அமலாவின் கர்ப்பப்பைக்குள்ளிருந்த சிசு அகற்றப்பட்டுச் சரியாக ஒரு மணித்தியாலத்தில் அந்தப் பிரதேசம் முழுவதும் இராணுவத்தினரின் கட்டுப்பாடுக்குள் வந்திருந்தது."கிளிநொச்சி நகரம் ஸ்ரீலங்காப் படையினரின் கட்டுப்பாட்டில் முழுமையாக வந்துகொண்டிருக்கிறது, இதுவரை பயங்கரவாதிகளின் கர்ப்பப்பையாக இருந்த கிளிநொச்சி மாநகரம், நமது கட்டுப்பாட்டுக்குள் கொண்டு வரப்பட்டுள்ளது. இராணுவத்தினர் முன்னேறி நுழைந்து கொண்டிருக்கிறார்கள், இது சரித்திர முக்கியத்துவம் வாய்ந்த வெற்றி. விரைவில் நாடு முழுவதும் எமது கட்டுப்பாட்டுக்குள் வந்துவிடும்," என்று ஜனாதிபதி மக்கள் முன்னர் தோன்றிப் பேச ஆரம்பித்ததைத் தொலைக்காட்சிகள் நாடு முழுவதும் ஒளிபரப்பிக்கொண்டிருந்தன.

இராணுவத் தளபதி சரத்பொன்சேகா ஹெலிகாப்டரில் உடனடியாகப் பறந்துவந்து இறங்கினார். வைத்தியசாலைக்குள் நுழைந்த படையினர், காயம்பட்ட போராளிகளை விரைவாக அகற்றினர். அவர்களுக்கு என்ன நிகழ்ந்தது என்பது இறுதிவரை தெரியாமலே போயின.

1. அமலா உட்பட அங்கிருந்த பொதுமக்கள் அனைவரும் மீட்கப்பட்டுக் கொழும்பு வைத்தியசாலைக்கு அனுப்பி வைக்கப்பட்டமை, 'பயங்கரவாதிகளிடம் இருந்துமீட்கப்பட்ட மக்கள்' என்ற குறிப்புடன் 'ரூபாவாஹினி' தொலைக்காட்சியில் நேரடியாக ஒளிபரப்பாகின.

2. கொழும்பு வந்து நலமடைந்த அமலாவை அமைச்சர்கள் சந்தித்துப் பேசுவது போன்ற செய்திகளும் புகைப்படங்களும்

சிங்கள ஊடகங்களில் மாதம் ஒருமுறை தவறாமல் வெளியாகின.

3. கொழும்பில் அரசாங்கப் பாடசாலையில் உயர்தரம் வரை படித்துச் சித்தியடைந்த அமலா, பிரிட்டிஷ் கவுன்சில் மூலம் கிடைத்த புலமைப்பரிசு வாய்ப்பை வென்று இங்கிலாந்துக்கு படிக்க வந்திருந்தாள்.

4. பெற்றோரும், மயூரனும் உயிருடன் இருக்கிறார்களா இல்லையா என்பது இறுதிவரை தெரியவில்லை. தெரிந்துகொள்ளவும் அமலா விரும்பவில்லை.

இந்தக் குறிப்பை விரிவாக்கி எழுதிவிட்டால் கதை முடிந்துவிடும். இருப்பினும் அகத்தில் ஒரு தடங்கள் நெருட எழுதாமல் கிடப்பிலே போட்டுவைத்திருந்தேன்.

அமலா நாடியில் கை வைத்துக்கொண்டு என்னை உற்றுப் பார்த்தாள். தயக்கத்துடன் எஞ்சிய பியரை எனக்குள் வார்த்தேன். குளிர்ந்த காற்று சிலுசிலுப்பாகக் காதுமடல்களை உரசியவண்ணம் சென்றன.

"நீ இதுவரை எந்தப் பெண்ணுடனும் உடலுறவு வைத்திருக்கிறாயா?" அமலா கேட்டவுடன் முகத்தில் எந்த மாறுதலையும் காட்டாமல், ஒரு கணம் அவளைப் புண்படுத்தும் வகையில் ஏதாவது சொல்ல வார்த்தைகள் தேடிப் பின்னர் வெறுமே "இல்லை" என்றுவிட்டு மதுவால் நுரைபட்டிருந்த என் மேலுதட்டைக் கையால் அழுத்தித் துடைத்தேன். அமலா மீண்டும் இரண்டு பியர் நிரம்பிய கிளாசுடன் வந்தாள். என்னிடம் ஒன்றைக் கொடுத்துவிட்டு "சியர்ஸ்" என்றாள். நானும் "சியர்ஸ்" என்றேன். உடனே அமலா சிரிக்க ஆரம்பித்தாள். தனது நெற்றியை வலது உள்ளங்கையால் அடித்துச் சிரிக்க ஆரம்பித்தாள்.

"எதற்கு இந்தச் சிரிப்பு?"

"ஒன்றுமே கிடைக்காமல் தானா பிளாஸ்டிக் பொம்மைகளுடன் உடலுறவு கொள்கிறாய்?" நான் புண்பட்டமை என் கண்கள் அப்பட்டமாகக் காட்டிக் கொடுத்தது. என் வலது கரத்தை, மிருதுவான தன் கரங்களால் அள்ளிப் பற்றினாள்.

○

நாங்கள் இருவரும் நடைபாதையால் நடந்து வீட்டுக்கு வரும்வரை அதிகமாகக் கதைத்துக்கொள்ளவில்லை. குளிராடையை மீறி உள்ளே நுழையும் குளிர் உடலை விறைப்படையச் செய்துகொண் டிருந்தது.

வீட்டுக்குள் நுழைந்து அறைக்குச் சென்றவுடன் என் பிரக்ஞை இன்னும் தெளிவாக இருந்தது.

“சரி ஆரம்பி” என்றாள்.

அமலாவைத் தழுவிக்கொள்வதில் சங்கடம் இருந்து கொண்டே இருந்தது. அதை கரைக்கும் முகமாக அவளாகவே என்னைத்தழுவிக்கொண்டாள். அவசரமாகஎனதுமேலாடையைக் கழற்றித் தரையில் போட்டுவிட்டு அவளது டீஷர்டை கழற்றி எடுக்க உதவி செய்தேன். இப்போது எங்களுக்குள் இருந்த வெளிச்சம் குன்றிக் கொண்டிருந்தது.

நேரம் செல்லச்செல்ல எனக்குள் பதற்றம் அதிகரிக்க செல்ல ஆரம்பித்தது. இதயத் துடிப்பின் சத்தத்தைத் துல்லியமாகக் கேட்க ஆரம்பித்தேன். எனது கரங்கள் அவளது தேகத்தைப் படுக்கையில் வீழ்த்தித் தழுவின. வாயில் சுரந்த எச்சிலை உள்ளே விழுங்கினேன். அவளது தேகம் விறைப்புக் கொண்டதை மெல்ல உணர, அது எனக்குள் சலனத்தை உருவாக்கியது. அது விரிந்துவிரிந்து பாரிய அலையாக வளர்ந்து சென்றது. அமலாவின் வலது காலைத் தூக்கி என் தோள் மூட்டில் வைத்தபோது, அவளது விழிகள் செருகி இமைக்குள் ஆடியது. சிறிது நேரத்தில் அவள் கண்களைத் திறந்து “என்ன ஆச்சு?” என்றாள்.

நான் களைப்புடன் “முடியவில்லை” என்றேன்.

என் கைகளைப் பிடித்து தன்னருகில் இழுத்து, “ஏன் வியர்த்துப் போய் உள்ளாய்?” என்றாள். என் மௌனத்தைப் பார்த்து மேலும் “பயமா?” என்றாள்.

நான் “இல்லை” என்றுவிட்டு, “தெரியவில்லை . . . முடிய வில்லை” என்றேன்.

“என் உடலில் உள்ள தழும்புகள் உன்னை தொந்தரவுக்கு உள்ளாக்குகிறதா?” அவளின் அடிவயிற்றில் தெரிந்த தழும்புகள்மீது என் கரத்தை வைத்துத் தடவிக் கொடுத்தேன். தொப்புளில் இருந்து யோனிவரை இரண்டு தழும்புகள் ரேகை எனப் படர்ந்திருந்தன.

“எனக்கு ஒருபோதும் நல்ல உடலுறவு கிடைத்ததில்லை; இறுதிவரை என்மீது நிகழ்த்தப்பட்டது எல்லாமே வன்புணர்வும் வன்முறையும்தான்” அமலா அதைச் சொல்லிவிட்டுத் தன் தலையைச் சாய்த்து, கரத்தால் ஏந்திப் பிடித்தவண்ணம் என்னை உற்றுப் பார்த்தாள். சாதுவான இருட்டில் அவளது காதின் இருபுறம் இருந்த தோடுகள் நீல நிறத்தில் ஒளிவிட்டன.

"உனக்கு என்மீது பயம் இருக்கு, பயப்படாதே நான் கர்ப்பம் கொள்ள மாட்டேன். உனது விந்து எனக்குள் பிரவேகித்தாலும் எதுவும் ஆகிவிடப் போவதில்லை. உன் இஷ்டம்போலச் செய்."

எனக்குள் அப்போது காமம் வளர்ந்து சுழன்று பிரவேகம் எடுத்தது. நான் அவளது உடலைப் புரட்டிப் போட்டேன். பின்னர் சட்டென்று சலித்து விலகினேன். எனக்குள் எரிச்சல் கசிந்து பின்னர் தன்னிரக்கமாக மாறியது. "என்னால் முடியவில்லை", என்று சொல்லிவிட்டு அவளை அணைத்துக்கொண்டு தேம்பி அழ ஆரம்பித்தேன். அவளது கை என்னை ஆதரவாகப் பற்றிக்கொண்டது. கழுத்துக்குள் புதைந்துகொண்டேன்.

ஒரு மெழுகுத்திரியை எரியூட்டி, அறையை அழகாக்கினாள். மெல்லிய ஒளி அறையை நிறைத்தது. என் கைகளை அன்பாகத் தடவினாள். நான் அசையாமல் அப்படியே மரத்துப்போய்ப் படுத்தபடியே இருந்தேன்.

"உன்னால் பொம்மையைப் புணர முடிகிறது. அதற்கு உயிர் இல்லை, வெற்றுச் சடம். உன் விந்தால் பிளாஸ்டிக் செயற்கை யோனியை நிறைப்பதும், என்னுடன் நீ உறவு கொள்வதும் ஒன்றுதான். பிற்பாடு ஏன் உன்னால் முடியவில்லை?"

நான் சீண்டப்பட்டுப் படுக்கையிலிருந்து அவளது கரங்களைத் தள்ளிவிட்டு எழ போர்வைக்குள் என் காலைத் தன் காலால் இடறுப்பட்டுத் தரையில் மூக்கு பட விழச் செய்தாள். நான் எழும்பிச் சினம் துளிர்க்க அவளது இடையில் அடித்தேன். என்னை இழுத்துச் சாய்த்துக் காலால் என் கன்னத்தைத் தாக்கினாள். கால் நகம் என் இமையில் குத்தி வலிக்கச் செய்தது. பதிலுக்கு நான் கன்னத்தை அறைய வன்முறை அதிகமாக எனக்குக் காமம் மறுபடியும் வீரியம் கொண்டது. மிக மூர்க்கமாகக் கிடையாக அவளை வீழ்த்தி அவளுக்குள் நுழைந்தேன். வேகமாக இயங்கி முடிக்க என் விந்து அவளை நிறைத்தது.

பதற்றத்துடன் அமலாவைப் பார்த்தேன். அவளது முகம் எந்த உணர்ச்சியையும் காட்டவில்லை. காதருகே முகத்தை பதித்து "என்னாச்சு?" என்றேன்.

"பயப்படாதே. எனக்கு கர்ப்பப்பை இல்லை. எதுவும் ஆகப்போவதில்லை" என்றாள். நான் சோர்வுற்று ரகசியமாக "உனக்குத் திருப்தியா?" என்றேன்.

அவளது மௌனம் என்னை நிம்மதியிழக்கச் செய்தது.

"நான் கொழும்புக்குக் கொண்டுசெல்லப்பட்டபோது மயக்கமாகவே இருந்தேன். இராணுவ வைத்தியசாலையில்

விழிப்பு வந்தபோது என்னிடம் கேட்கப்பட்ட கேள்வி 'கர்ப்பப்பை சிதைவுற்று உள்ளது, மேலதிக சிகிச்சைக்குக் கொண்டுசெல்ல வேண்டும். அல்லது இங்கேயே நீக்க வேண்டும். எதை விரும்புகிறீர்கள்' என்பது, நான் நீக்கச் சொன்னேன்" என்றாள்.

நான் அகம் திடுக்கிட்டு அவளைப் பார்த்தேன். இரண்டு நுரையீரல்களும் ஒன்றுடன் ஒன்று உரசியதுபோல நெஞ்சில் உணர்ந்தேன்.

"சரி எனக்கு நேரம் ஆகிறது. நான் கிளம்புகிறேன்" என்றுவிட்டு என் முன்னே ஆடையை நிதானமாக அணிந்துகொண்டு ஓசையில்லாமல் எழுந்து புறப்பட்டுச் சென்றாள். அவள் விட்டுச்சென்ற வாசத்தால் என் படுக்கையறை நிறைந்திருந்தது. அதை நுகர்ந்தபோது இந்தக் கதையை மீதி எழுதினால் எப்படி முடிக்க வேண்டும் என்பது மங்கலாகத் தெரிந்தது.

வல்லினம், 2020

உதிரம்

"ஹாய் ஹரி, எல்லாம் நன்றாகச் செல்கிறதா?"

"இப்போதைக்கு ஒன்றும் சிக்கலில்லை" என்றேன். கை குலுக்கிவிட்டு அவர் புன்னகைக்குப் புன்னகைத்தேன். முப்பது வயதுக்குள் இருக்கக்கூடிய ஒடிசலான தோற்றம் கொண்ட பெண்மணி. கோதுமை நிறம்கொண்ட தேகத்தில் மணிக்கட்டு வரை நீள் அங்கி அணிந்திருக்கக் கைகள் மட்டும் வெளித் தெரிந்தன. அவர் சாய்ந்து பார்த்த விதத்தில் ஒரு மனநல மருத்துவருக்கு உரிய தொழில் நேர்த்தியிருந்தது. பொன்னிற முடியை வாரிக் கொண்டையாக முடிந்திருந்தார். வெண்ணிறச் சட்டகங்கள் இடப்பட்ட மூக்குக் கண்ணாடி விளிம்பில் வெளிச்சம் ஒளிர்ந்து துடித்தது. அந்த அறை நாலடிக்குக் குறைவான அகலத்தில் இருந்தது. பழுப்பு நிறத்தில் வர்ணம் தீட்டப்பட்ட சுவரில், கடற்கரையில் சிறுவன் ஒருவன் தனியே திகைத்து நடப்பதுபோல ஓவியம் மாட்டப்பட்டிருந்தது.

முதல் தடவையாகப் பல்கலைக்கழக மனநல ஆலோசனைப் பிரிவுக்கு வருகிறேன். பெரும்பாலும் மன அழுத்தம், தனிப்பட்டப் பிரச்சினைகளுக்கு, உள சிகிச்சைக்காக மாணவர்கள் இங்கே வருவார்கள். கூம்பு வடிவக் கட்டடத்தின் தோற்றமே உளசிகிச்சை மையத்தை வித்தியாசமாக வளாகத்தில் காட்டியது. எத்தனையோ முறை இக்கட்டடத்தைக் கடந்து சென்றிருக்கிறேன். இன்றுதான் முதன்முதலாக இணையத்தில் சிகிச்சைக்கான அனுமதிபெற்று உள்ளே நுழைந்தேன்.

வரவேற்பு மையத்தில் கொடுக்கப்பட்ட படிவத்திலுள்ள மூன்று பக்கங்களில், மனநலம் பற்றிய கேள்விகளுக்குப் பதில் அளித்திருந்தேன். சீரான நித்திரை வருகிறதா, கவலையாக உள்ளதா, உடலை தற்விருப்பாகத் துன்புறுத்தத் தோன்றுகிறதா போன்ற கேள்விகள், அதற்கான வீரியத்தின் அளவை இலக்கங்களில் வளையமிட வேண்டும்; சில சொற்களில் விபரிக்கவும் வேண்டும். என் கோணலான கையெழுத்தில் நிரப்பிய அந்தப் படிவத்தைப் புரட்டிப் பார்த்துவிட்டு மேசையில் மடிக்கணினி அருகே வைத்தார்.

"என்னுடையை பெயர் கிளாரா ஸ்பெளடிங். என்.எஹ்.எஸ் மனநல மருத்துவராக இங்கே வாரத்துக்கு இரண்டு நாட்கள் பணிபுரிகிறேன். சரி ஹரி, நீங்கள் பல்கலைக்கழகத்தில் என்ன துறை, படிப்பெல்லாம் எப்படிச் செல்கிறது?"

"மருத்துவப் பீடம்; படிப்பு நன்றாகச் செல்கிறது."

"நல்லது. சரி உங்களுக்கு எந்தவகையில் நான் உதவமுடியும்; உங்களது பிரச்சினையை மனம் விட்டுச் சொல்லலாம் ..."

"எனக்குச் சமீப காலமாக அதிகமாகக் கோபம் வருகிறது ..."

"எதனால், குறிப்பாக எவர்மீது?"

"எதனால் என்று சொல்லத் தெரியவில்லை. ஆனால் அம்மா மீது வருகிறது."

"அப்படி அம்மாமீது என்ன கோபம்?"

"ஹ்ம்ம் ..."

"ஹேய் நீங்கள் என்னிடம் மனம் விட்டுப் பேசலாம். மிக இளையவர் நீங்கள்; இந்த வயதில் எல்லோருக்கும் வரக்கூடியதுதான். இது இயல்பானது!"

மருத்துவர் என்னை இலகுவாக்கச் சொற்களை அலங்கரித்து விரித்துத் தடவிச் சொன்னாலும் அங்கிருக்கும் நம்பகத்தன்மை என்னை ஈர்த்தது. மெல்ல உடலைச் சாய்த்து இலகுவாகினேன். மருத்துவபீட மாணவன் ஆகையால் எனக்கு இங்கிருக்கும் நடைமுறையும், நுட்பமான நடிப்பும் நன்கு தெரியும். இருந்தும் அதை விரும்பினேன். என்னை முழுமையாக ஒப்புக்கொடுக்க விரும்பினேன்.

"எங்கள் குடும்பம் மிக விசித்திரமானது."

"குடும்பங்களுக்குத் தனித்தனி இயல்புகள் இருக்கும். இது பல்வேறு கலாச்சாரப் பின்னணி கொண்ட மக்கள் வாழும் நாடு அல்லவா?"

"உண்மைதான், சில விடயங்களில் அடிப்படையே தவறி இருந்தால் கஷ்டம் இல்லையா?"

"புரியவில்லை ஹரி, சரி நீங்கள் சொல்ல விரும்புவதை நண்பியிடம் சொல்வதுபோலச் சுதந்திரமாக என்னிடம் சொல்லலாம்" கண்ணாடிச் சட்டகத்திற்குள் கிளாராவின் கண்கள் விரிந்தன.

"பெரும்பாலான நாட்களில் பாடசாலை முடிந்து வீட்டுக்கு என் இளைய சகோதரியுடன் வரும்போது அப்பா தூக்கி எறிந்த பழக்கூடையிலிருந்து சிதறிய பழங்கள் தரையில் அனேகமாக வீழ்ந்திருக்கும். ஒவ்வொரு சண்டையின் போதும் அப்பா தனது கட்டுப்படுத்த முடியாத மூர்க்கத்தை வெளிக்காட்ட அதைச் செய்வார். ஜன்னலை நோக்கிக் கைக்கு அகப்படும் பொருட்களை மேசையிலிருந்து தூக்கி வீசுவார்; அவை பட்டுச் சிதறி தரையெங்கும் பரவும். அப்பா சென்றவுடன் அம்மா அவற்றைப் பொறுமையாகப் பொறுக்கி, மேசைத்துணிவிரிப்பைக் கசங்கல் இல்லாமல் சீராக விரித்து எடுத்துவைப்பார். சிதைந்த பழங்களையும், நொறுங்கிய கோப்பைகளையும் அப்புறப்படுத்தி மீண்டும் சளைக்காமல் அலங்கரிப்பார். அம்மாவை அப்பா அடித்ததைச் சிறுவயதில் பலமுறை பார்த்திருக்கிறேன். அப்போதெல்லாம் அம்மாவின் விழிகளில் குமிழ் கொள்ளும் விழிநீரைப் பார்க்க முடியாதவண்ணம் கேசம் கலைந்து விழிகளை மறைந்திருக்கும்.

"என் பதின்ம வயதில் அப்பா ஒருமுறை அம்மாவை அடித்துத் தரையில் வீழ்த்திவிட்டார். நான் கோபம் கொண்டு அப்பாவின் இடுப்பைப் பிடித்து இழுத்துத் தள்ளிவிட்டேன். நிலை தடுமாறிப் பிடித்துக்கொள்ள ஏதும் இன்றிச் சுவரில் சாய்ந்து ஒற்றைக் கையை ஊன்றி நின்று என்னைப் பார்த்தார். விழிகளில் அதிர்ச்சி இருந்தாலும் அவசரமாக அதைக் கோபமாக மாற்றினார். நான் அம்மாவை அணைத்துக்கொண்டு "இப்போது நீங்கள் வீட்டை விட்டு உடனே கிளம்புங்கள். அம்மாவை மீண்டும் அடித்தால் பொலிசாரை அழைத்துவரச் சொல்வேன்" என்றேன். அதிர்வுகள் உடலில் படர்ந்து செல்ல என்னைப் பார்த்தார் அப்பா. அவரால் அதை ஏற்றுக்கொள்ளவே முடியவில்லை. திரண்ட கோபத்தை அள்ளியெடுத்து அம்மாமீது காட்டக் கையை ஓங்கினார். எனக்குள் மூர்க்கம் எழுந்தது. எனது இடது காலால் அவர் காலைத் தள்ளி, நெஞ்சைப் பிடித்து அழுத்திச் சுவருடன் சாய்த்தேன். நிலை தடுமாறி விழுந்தார். விழப்போன அவரை என் கைகள் தாங்கச் சென்றன, இருந்தும் என்னால் பிடிக்க முடியவில்லை. என் கண்களைப் பார்க்க அவர் கண்கள் தடுமாறின. அவர் விழுந்தவுடன் அவர்மீது அச்சம்தான் கிளர்ந்தது.

அப்பாவின் எதிர்வினைக்காகப் பயந்தேன். ஆனால், அவர் கண்களிலிருந்த திகைப்பு என்னைச் சமாதானப்படுத்தியது. கொஞ்சம் திருப்தி; கொடூரமான திருப்தியது. உள்ளூர மகிழ்ந்தேன். அதுவே எனக்குப் பெரிய தெம்பைக் கொடுத்தது.

தரையில் வீழ்ந்திருந்த அம்மா எழுந்திருக்கவில்லை. வயிற்றைப் பிடித்துக்கொண்டு ஒரு பக்கம் சாய்ந்தார். முகம் தரைப் பக்கம் கவிழ்ந்திருந்தது. வலி பொறுக்கமுடியாமல் அழுதிருக்க வேண்டும். அம்மாவின் தேகம் அதிர்ந்தவாறிருந்தது. முள்ளந்தண்டின் அடிப்பகுதியிலிருந்து இரத்தம் கசிந்து பரவியது. அந்த இரத்தத்தின் அர்த்தத்தை விளங்கிக்கொள்ளும் வயதில்லை அப்போது. ஆனால் மிகுந்த ஒவ்வாமையை அந்த இரத்தம் கொடுத்தது. அப்பா ஒருகணம் திகைத்துப் பின்னர் சுதாரித்து அம்மாவை இருகரம் கொண்டு தூக்கினார். அம்மா எதுவும் பேசாமல் வயிற்றை மட்டும் பிடித்துக்கொண்டிருந்தார்.

“இன்று அந்த நாட்கள் என்று ஏன் முன்னமே சொல்லவில்லை?” என்பது மட்டுமே அப்பாவிடமிருந்து வந்த வார்த்தைகளாக இருந்தன.

அன்றிலிருந்து அப்பா அம்மாவை அடிப்பது வெகுவாகக் குறைந்து, இல்லையே என்று சொல்லும் அளவுக்குச் சென்று விட்டது. எனக்கும் அப்பாவுக்கும் இடையே விரிசல் சன்னமாக வளர்ந்து இட்டு நிரப்ப முடியாதவாறு பிளந்து சென்றது. அதை இருவரும் உணர்ந்தோம். மின்கலத்தின் இருமுனைபோல ஒவ்வொரு திக்கில் இருந்தோம்.

அம்மாவும் அப்பாவும் இலங்கையிலிருந்து அகதிகளாக இங்கிலாந்துக்கு வந்து குடியுரிமை பெற்றவர்கள். நானும் எனது இளவயது சகோதரியும் இங்கேதான் பிறந்து வளர்ந்தோம். அப்பா முரட்டு மனிதர். என்ன கோபம் என்றாலும் அம்மா மீதுதான் காட்டுவார். அம்மா எல்லாவற்றுக்கும் அப்பாவுக்குப் பயப்படுவார். எதிர்த்து இரண்டு வார்த்தைகள் பேசக்கூடத் திராணியும் சத்தும் இருக்காது. ஆரம்பத்தில் அம்மாவின் பயந்த சுபாபம் மீது எனக்கு இருந்த இரக்கம் காலப்போக்கில் எரிச்சலைத் தரத் தொடங்கியது. எதிர்த்துப் பேசவும் குரலை உயர்த்திக் கதைக்கவும் அம்மாவுக்குச் சொல்லிச்சொல்லியே எனக்கு அலுத்துவிட்டது. என்னுடைய பாடசாலை நண்பர்களின் பெற்றோர்களைப் பார்க்கும்போது எனக்குள் பொறாமையும் கவலையும் பரவும். எனக்கு இப்படிப் பெற்றோர்கள் இல்லையே என்று தோன்றும்.

அப்பா தேவைப்பட்டால் கோட் ஷூட் அணிவார். ஆங்கிலத்தில் உரையாடுவார். தபால் நிலையத்துடன் சேர்ந்து

இயங்கும் தனது சிறிய பல்பொருள் அங்காடிக் கடையை இரண்டு இலங்கையைச் சேர்ந்த ஊழியர்களை வைத்துத் திறம்பட நடத்துவார். ஆனால் அவரது மூளையின் பல பகுதி இந்த நாட்டுடன் ஒன்ற முடியாதவை. என்னையும் சகோதரியையும் தனது இருண்ட மூளையின் பாதிப்பகுதியிலும் இங்கிலாந்தில் ஊன்றிய மிச்சப்பகுதியிலும் வைக்க முயன்று தடுமாறிப் போவார். என்னுடைய பதினான்காவது வயதிலிருந்து என் போக்கை எனது இஷ்டப்படி அமைக்கத் தொடங்கியபோது அப்பா அடைந்த பதற்றத்தை ரசித்தேன்."

"உங்கள்மீது கோபம் வந்தால், அப்பா உங்களை அடிப்பது இல்லையா?"

"மிகச் சிறுவயதில் அடித்திருக்கிறார். பிற்பாடு குரலை உயர்த்திப் பேசுவார். என்மீது எழும் கோபத்தை அம்மா மீதுதான் வன்முறையாகக் காட்டுவார்."

"மிகச் சிறுவயதில்கூட அப்பா உங்கள்மீது அன்பாக இருந்தது இல்லையா?"

"ம்ம்... இருந்தார். அப்பா என்னையும் என் சகோதரியையும் அன்பில்லாமல் வளர்த்தார் என்று சொல்ல இயலாது. அவர் அன்பை வெளிக்காட்டும் விதம் நிறையப் பரிசுப் பொருட்களை வாங்கித்தருவதூடாக வெளிப்படும். சிறுவயதில் கோபமாகப் பேசினாலோ அல்லது மூர்க்கம் கொண்டு அடித்தாலோ பின்னர் அதற்காக வருத்தப்படுவார்; வருத்தப்பட்டிருக்கிறார். ஆனால், அதை அம்மாவின் ஊடாகவே அறிய நேரும். அப்பா தன்னிடம் வருத்தப்பட்டார் என்று அம்மாதான் சொல்வார். அப்போது அப்பாவின்மீது வாஞ்சை பிறக்கும். பின்னர் பொடிப்பொடியாக உடைந்துவிடும்."

நான் சொல்லச்சொல்ல கிளாரா சில குறிப்புகளை நோட்டில் வேகமாகக் குறித்துக்கொண்டிருந்தார்.

"கடைசியாக எப்போது அப்பா உங்கள் மீதும் கோபம் கொண்டார்?"

"மூன்று வாரங்கள் முன்னர்."

"எதற்காக என்று தெரிந்துகொள்ளலாமா?"

"அன்று அப்பா என்மீது கோபம் கொண்டது எனது நண்பியை வீட்டுக்கு அழைத்துவந்துவிட்டேன் என்பதல்லாமல் அவளை எனது அறைக்குக் கூட்டிச் சென்று பேசிக்கொண்டிருந்தேன் என்பதற்காக. என்னுடன் வெளிப்படையாக எரிந்து விழாமல் அம்மாமீது என் மீதான சினத்தை காட்டித் தன்

இயலாமையைத் தீர்த்துக் கொள்கிறார். இத்தனைக்கும் என் சிநேகிதி மிக இனிமையும் பண்பும் நிறைந்தவள். என்னுடன் பல்கலைக்கழகத்தில் படிப்பவள்.”

“அப்பா மீதுதானே உங்களுக்குக் கோபம் வர வேண்டும். எதற்கு அம்மாமீது வருகிறது?”

“அதைத்தான் என்னால் யாருடனும் பகிர முடியவில்லை. மிகுந்த தொந்தரவைத் தருகிறது.”

“நீங்கள் உங்கள் பிரச்சினையைச் சொல்வதில் எதற்கும் தயங்கத் தேவையில்லை ஹரி. நான் உங்களுக்கு உதவவே இருக்கிறேன். என்னால் முழுமையாக உங்களுக்கு உதவமுடியும். நீங்கள் ஒரு மருத்துவ மாணவர், உங்களுக்குத் தெரியும் இங்கே நம்பிக்கையும், மனம் விட்டுப் பேசுவதும் அவசியமானது. நான் இத்துறையில் முறையாகப் படித்தவள். இவ்வாறான பல்வேறு சிக்கல் கொண்ட பல மாணவர்களை இங்கே சந்தித்துச் சிகிச்சை அளித்திருக்கிறேன். உளவியல் அழுத்தங்களுக்குள்ளிருந்து மீட்டிருக்கிறேன். நீங்கள் என்னை முழுமையாக நம்பலாம். சொல்லுங்கள்.”

“ஒரு குறுந்தகட்டால் நான் நிலையிழந்து விட்டேன்.”

“குறுந்தகடு?”

“ஆம், அப்பாவின் அறையினுள் இருந்து அந்தக் குறுந்தகட்டைக் கண்டுபிடித்தது மிகத் தற்செயல். பொதுவாக நான் அப்பாவின் அறைக்குள் நுழைவதில்லை. சிறுவயதில் அடிக்கடி சென்றிருக்கிறேன். வளர்ந்த பின்னர் செல்வதில்லை. அது ஏன் என்றும் தெரியவில்லை. ஏனோ செல்லப் பிடிக்க வில்லை. அப்பாவுடன் பேச்சுக் குறைந்த பின்னர் ஒரு நாள் அந்த அறைக்குள் சென்று பார்க்க வேண்டும் என்று தோன்றியது. கதவு பூட்டி இருக்கவில்லை. உள்ளே சென்றேன். விதம்விதமாகப் பல பழைய காலணிகள், முன்சில்லு கழற்றப்பட்ட நிலையில் நீல நிறத்தில் சைக்கிள் ஒன்று, அதன்மேல் சில ஆடைகள், தரையெங்கும் காகிதங்களும் கடதாசிப் பெட்டிக்கள். அப்பாவின் மனம்போல், பிடிவாதம் போல் அந்த அறையிருந்தது. மெல்லமெல்ல அறைக்குள் சென்றேன். ஒழுங்கின்மையாகவிருந்த அந்த அறையில் அப்பா தங்குவதோ உறங்குவதோ இல்லை; அதன் அருகே தள்ளியிருக்கும் அறை இன்னும் விலாசமானது. அம்மாவும் அப்பாவும் அங்குதான் உறங்கச் செல்வார்கள். அம்மா இருப்பதாலோ என்னவோ அந்த அறை ஒழுங்காகத் தூய்மையாக இருக்கும். ஆனால், அவர்கள் தங்கியிருக்கும் தூய்மையான அறைக்குள் நான் செல்வதில்லை. மீண்டும் மீண்டும் அப்பாவின் தனியறைக்குள் நுழைந்தேன்.

பழைய ஒளிப்படக் கருவிகள், ஒளிப்பட நாடாக்கள் என்றுபாவனையில் இல்லாத உபகரணங்களைப் பெட்டிகளுக்குள் தடித்த வயர்கள் தெரியப் புதையுண்டு இருந்தன. அவை எல்லாம் முன்னர் அப்பா நடாத்திய ஒளிப்படம் பதிவெடுக்கும் நிறுவனத்தின் பழைய உபகரணப் பொருட்கள். அங்கிருந்த புத்தகதிற்குள் அதைக் கண்டுபிடித்தேன். தூய்மையான மெல்லிய பேழைக்குள் வைக்கப்பட்ட குறுந்தகடு. அதனைப் புரட்டிப் பார்த்தேன். எந்தவிதக் கீறலும் இன்றிப் பாவிக்கும் நிலையில் இருந்தது. கணினியில் அதைச் செலுத்தி இயக்கிப் பார்க்கும் எண்ணம் எழுந்தது. பின்னர் அதைப்பற்றி முற்றாக மறந்துவிட்டிருந்தேன். சில நாட்களின் பின்னர் கணினியை இயக்கிக் குறுந்தகட்டைச் செலுத்தி இயக்கிப் பார்க்கும் உவகை எழுந்தது.

என்னுடைய கணினியில் செலுத்தி இயக்கிப் பார்த்தேன். அப்பா, அம்மாவினது பழைய புகைப்படங்கள் இருந்தன. ஒவ்வொன்றையும் தட்டிப் பார்த்துக்கொண்டிருந்தேன். புன்னகை விரிய சட்டை தொளதொளக்க அப்பா நிற்க அருகில் அம்மா காதில் தோடு மின்னச் சேலையில் இருக்கும் புகைப்படங்கள், என்னுடையதும் இளைய சகோதரியினதும் சிறுவயதுப் புகைப்படங்கள், விளையாட்டுப் பொம்மைகள் சூழ அப்பாவின் மடியிலும் தரையிலும் நாங்கள் இருக்கும் படங்கள். என்னை மறந்து ஆனந்தமாக அவற்றைப் பார்த்துக்கொண்டிருந்தேன். இவையெல்லாம் அல்பங்களில் இல்லாத படங்கள். சில படங்கள் இலங்கையில் எடுக்கப்பட்டவை. நந்தியாவட்டை வெள்ளைப் பூக்கள் பூத்த மரங்களின் கீழேயும் கிணற்றுக்கட்டுகள் அருகேயும் எடுக்கப்பட்ட புகைப்படங்கள். அவற்றையெல்லாம் அப்பா நினைவிலிருந்து அழியாமலிருக்க ஆவணப்படுத்தியிருந்தார் போல."

அங்கே எனது பேச்சை நிறுத்தினேன். தொடருங்கள் என்ற ரீதியில் கிளாரா என்னை உற்றுப் பார்த்தார். நான் அவர் விழிகளைத் தவிர்த்துவிட்டுத் தொடர்ந்தேன்.

"அப்போதுதான் அந்தக் கோப்பில் படங்களுடன் ஒரு ஒளிநாடாவும் பதியப்பட்டிருந்ததைக் கவனித்தேன். சாதாரணமாக அதனை இயக்கினேன். அப்போது எனக்குள் ஓர் அதிர்வு எழுந்தது. அதுவொரு பாலியல் படம். நிர்வாணமாக ஆணும் பெண்ணும் உடலுறவு கொள்ளும் காணொளி. இது எப்படி இதற்குள் என்ற ஆச்சரியமும் திகைப்புமாக உறைந்து போனேன். நிலையாகப் பக்கவாட்டில் பொருத்தப்பட்ட ஒளிப்படக் கருவியால் படம்பிடிக்கப்பட்டு இருந்தது. ஆணுக்கு மேல் பெண்ணொருவர் இயங்கிக்கொண்டிருந்தார். அப்போதுதான்

அதைக் கண்டுபிடித்தேன். அந்த ஆண் எனது தந்தை. எனது உடல் சிலிர்த்தது. அந்தப் பெண் யார் என்று பார்த்போது எனக்கு இன்னும் அதிர்சியாக இருந்தது. அது எனது அம்மாதான். அம்மாவின் சாயலிலுள்ள வேறு பெண்ணா என்று திரும்பவும் நோக்கினேன். இல்லை என் அம்மாவேதான். எனது அம்மா வெறிகொண்டு தந்தை மீது இயங்கிக்கொண்டிருந்தார். இதுவரை நான் புரிந்து வைத்திருந்த அம்மா அல்ல திரையில் நான் பார்த்தது. முற்றிலும் ஆக்கிரோஷமாக தனது ஆக்கிரமிப்பில் ஓர் ஆணைப் பந்தாடிக்கொண்டிருக்கும் பெண்ணாகத் தெரிந்தார். நிஜமாகவே அம்மாவைப் பார்த்துப் பயப்பட்டேன். ஒன்றரை நிமிடங்கள் இயங்கக்கூடிய அந்தக் காணொளியை முழுவதுமாகப் பார்வையிட்டேன். மரக்கட்டைபோல என் அப்பா படுக்கையில் படுத்தபடியே இருந்தார். அவரில் எந்தவிதமான அசைவும் இருக்கவில்லை. இறந்த பிணம் போலவே இருந்தார். இருவரையும் என்னால் புரிந்துகொள்ளவே முடியவில்லை.

அன்று முழுக்க யோசிக்கவே திராணியற்று எனது படுக்கையில் படுத்திருந்து அந்தக் காணொளி பற்றியே யோசித்துக் கொண்டிருந்தேன். ஆக்ரோஷமான அம்மாவின் உடல்மொழி என்னை அரித்துக்கொண்டிருந்தது. துணுக்கிற்றுத் தூக்கம் கொள்ளாமல் விழித்து எழுந்தேன். தேகம் முழுவதும் கொதித்து உருகிவழிந்தேன். நிலை கொள்ளாமல் தவித்தேன்.

மீளமீள என் அப்பாவைப்பற்றி யோசித்துக்கொண் டிருந்தேன். அவர் அமைதியாக நிலம்போல் இருக்க, புயலில் அறைபட்டு ஆடும் மரம்போல் இயங்கிக்கொண்டிருந்த அம்மாவின் சித்திரம் என்னைப் புரிந்துகொள்ள முடியாத வெளிக்குள் தள்ளியது. நான் ஏன் தொந்தரவுக்கு உள்ளாக வேண்டும். காணக்கூடாத காட்சியைக் கண்ணுற்றேன் என்றா அல்லது அம்மா மீதிருந்த விம்பம் மாறிவிட்டது என்றா எனக்குத் தெரியவில்லை. உணர்வுகளால் சிதைந்து அலைக்கழிந்தேன். அந்தக் கலவிக் காட்சியை வைத்து ஒட்டுமொத்தமாக அவர்களைப் புரிந்துகொள்ள முயன்றேன். என்னை நுண்மையாக்கி, கூர்ப்படுத்தி மனதைப் பிளந்து பகுத்துச் சென்றேன். அகம் எங்கோ முட்டி நகராமல் நின்றது. அங்கே கொப்பளித்தது சினம். என் அம்மாமீது வெறுப்பும் கோபமும் கிளர்ந்தது. அன்றிலிருந்துதான் வீட்டில் பிரச்சினை.”

“ம்ம், உங்களுடைய தொந்தரவு விளங்கிக்கொள்ள முடிகிறது. நிச்சயம் எதிர்பார்க்காத ஒன்றுதான். இது உங்களுக்கு வீட்டில் என்னவகையான பிரச்சினையைத் தோற்றுவித்தது?”

"அம்மா பேசுவதும் வீட்டில் நடமாடுவதும் போலி நடிப்புப்போல் தோன்றத் தொடங்கியது. எல்லாமே நாடகப் பாவனையென. பயந்த சுபாவம் கொண்டவர்போல் இருப்பதும் அப்பாவை எதிர்க்காமல் இருப்பதும் அவர் விரும்பி அணிந்த வேடம் என்று தோன்றியது. உள்ளூர அதற்காக நடித்து அதுவாகவே ஆகிவிட்டாரா அல்லது புன்னகையுடன் அதை உள்ளூ இரசித்து மகிழ்கிறாரா தெரியவில்லை. ஆனால் ஒன்று, முன்னம்போல என்னால் அம்மாவைப் பார்க்கவோ பேசவோ முடியவில்லை."

கிளாரா குறிப்பு நோட்டை மூடிவைத்துவிட்டு, "அதிகம் யோசிக்க வேண்டியதில்லை ஹரி. இத்தனை வெறுப்பு தேவை இல்லை. இதை இப்படிப் பார்க்கலாம், இது அவர்கள் அந்தரங்கம் சார்ந்தது. அந்தச் சங்கதிகளுக்குள் தலையிட முடியாது. இதை யோசித்துத் துயர் அடைய ஏதும் இல்லை. அந்தக் ஒளிப்படக் காட்சி அதிர்ச்சியைக் கொடுத்துவிட்டது. சரி, அந்தக் காணொளியை அவர்கள்தான் எடுத்தார்களா?"

"ஆம், என் அப்பா அதை எடுத்திருந்தார்."

"அப்படியா, அதனை அவரிடமே கேட்டீர்களா?"

"ஆம். அம்மா மீதான வெறுப்பு கட்டுக்கடங்காமல் வளர்ந்து சென்றது. குரலை உயர்த்திப் பேசாத நான் அம்மாவுடன் எரிந்து விழுந்தேன். என் கண்களில் அவர் தென்படும்போதெல்லாம் அதிகம் வெறுத்தேன். அவர் சமைத்ததை அவர் முன் உண்ணப் பிடிக்கவேயில்லை. ஒரு முறை இரவு உணவு உண்ணும்போது "என்னடா பிரச்சினை?" என்று கேட்டு என் தலையைத் தடவினார். எனக்குள் முகிழ்ந்த ஒவ்வாமை சினமாக மாறியது. அவர் கையைத் தட்டிவிட்டது மட்டுமல்லாது சாப்பாட்டுத் தட்டை விசிறி எறிந்தேன். தட்டு உடைந்து உணவுடன் தரையில் தெறித்திருந்தது. அம்மா அரண்டு போனார். எதுவும் பேசாமல் என் அறைக்குள் எழுந்து சென்றுவிட்டேன்."

"உன் அப்பாவுக்கு வரும் அதே கோபம்போல", என்று கிளாரா சொல்லும்போது ஒரு திடுக்கிடல் எழ நிமிர்ந்து பார்த்தேன்.

"ஆம், அந்தக் கோபம்தான் எனக்குப் பிரச்சினையே. அன்று அப்பா என்னை நேருக்கு நேராகப் பார்த்து அழைத்தார். நான் மறுப்பு ஏதும் சொல்லாமல் அவரிடம் சென்றேன். உண்மையில் அப்படியொரு அழைப்பை உள்ளூர எதிர்பார்த்து இருந்தேன்போல. சிறிய ஆசுவாசம் கிடைத்தது. 'நீ சிறிய வயதிலிருந்து அம்மா பிள்ளைதானே, எதற்கு அம்மாமீது இத்தனை கோபம் சமீபகாலமாக?' என்று கேட்டார். இதற்காகவே

காத்திருந்ததுபோல அந்தக் குறுந்தகட்டை எடுத்து அவர் முன்னம் வைத்தேன். பின்னர் அதில் நான் பார்த்ததைச் சுருக்கமாகச் சொன்னேன். அப்பா அதிர்ச்சி அடைவார் என்று நினைத்தேன். அல்லது சங்கடம் கொள்வார் என்று எதிர்பார்த்தேன். மாறாக அவர் நிதானமாகவும் தெளிவாகவும் பேச ஆரம்பித்தார்.

“இங்கிலாந்துக்குக் குடிபெயர்ந்த பின்னர் நான் ஆரம்பித்தது சிறிய ஒளிப்பட நிறுவனம். அப்போதுதான் ஒளிப்படக் கருவிகள் மக்கள் பயன்பாட்டில் வந்து கொண்டிருந்தது. அனைத்து நிகழ்வுகள், சடங்குகளை மக்கள் படம் பிடிக்க விரும்பினார்கள். அதனைக் கணித்து என் வியாபாரத்தை நடத்தினேன். சிறப்பான வரவேற்பு இருந்தது. இயல்பிலே ஒளிப்படங்கள்மேல் ஆர்வம் இருந்ததால் இன்னும் திறமையாக நடத்த முடிந்தது. அப்போது நீங்கள் பிறக்கவில்லை. ஒவ்வொரு முறையும் குழந்தை பிறக்காமல் தள்ளித்தள்ளியே சென்றது. இது உன் அம்மாவுக்கு அதிக கவலையைக் கொடுத்தது. அவள் பிள்ளை வேண்டும் என்று ஏங்கத் தொடங்கியிருந்த காலம். எங்கள் இருவருக்கும் எந்தப் பிரச்சினையும் மருத்துவரீதியாக இல்லை. விரைவில் சரியாகும் என்று நம்பினேன். அப்போதுதான் கரு உண்டாகும் அந்தக் கணத்தை அழியாமல் வைத்திருக்க வேண்டும் என்ற ஆசை வந்தது. படு சிறுபிள்ளைத்தனமாகத் தோன்றினாலும் எனக்குள் அதைச் செய்துபார்க்க வேண்டும் என்று தோன்றியது. உன் அம்மாவிடம் சொன்னபோது அதை மறுக்கவில்லை. வேடிக்கையாக அதை ஏற்றுக்கொண்டாள். பிற்பாடு ஒளிப்படம் பிடித்த பல காணொளிகளை அழித்தேன். இதை மட்டும் விட்டு வைத்தேன். காரணம் இது நீ தோன்றிய கணம்,” என்றார். எங்கள் இருவருக்கும் இடையில் மௌனம் மட்டுமே அப்போது இருந்தது. நான் வேறு எதுவும் பேசவில்லை.

அப்பா இதனை எங்கோ பத்திரப்படுத்தி வைத்திருக்க வேண்டும். சுழன்று என் கைக்கே தற்செயலாக வந்துவிட்டது. அதன் பின்னர் எனக்கும் அப்பாவுக்கும் இடையிலிருந்த இடைவெளி மெலிதாகச் சுருங்கி வருவதுபோலத் தோன்றியது. அப்பாவும் நானும் அதிகம் பேசிக் கொள்ளாவிட்டாலும் ஒரே மேசையில் இரவு உணவை உண்கிறோம். எங்களுக்கு இடையே அம்மா ஒரு தடையாக இருப்பதில்லை.”

“இப்போது அப்பாவிடம் நெருக்கமாக இயல்பாகப் பேச முடிகிறதா?”

கிளாரா எழுதித்தந்த மருந்துகள் மூளையின் மின்ரசாயனச் செயல்பாடுகளைக் குறைக்கும் மாத்திரைகள். சிந்திக்கும் வேகத்தை குறைக்கும். இதனைத் தொடர்ந்து உள்ளெடுத்தால்

மந்தமாகிவிடுவேன். எந்த வேளையிலும் ஆர்வம் காட்ட முடியாமல் போகும். வன்முறை எதையாவது நான் கையிலெடுப்பேன் என கிளாரா எண்ணுகிறார தெரியவில்லை. இன்னும் வாரத்துக்கு ஒருமுறையாக ஏழு தடவை தொடர்ச்சியாகக் கிளாராவைச் சந்திக்க வேண்டும். நான் சொன்னவற்றை வைத்து என்னை ஆராய்வார்கள். எனக்கு என்ன சிக்கல் என்று கண்டுபிடித்து, அந்த மையத்தைக் கலைக்கும் விதமாகப் பல்வேறு உரையாடல்களைத் தொடுப்பார்கள். அந்த உரையாடல்கள்தான் எனக்குத் தேவையா தெரியவில்லை.

ooo

சைக்கிள் நிறுத்தத்திற்குச் சென்று இரும்புக் கேடயத்தில் பிணைக்கப்பட்ட என் சைக்கிளை விடுவித்து ஏறிமிதித்துப் புறப்பட்டேன். வெளிக்காட்சிகள் எல்லாம் ஒரு பெரிய மௌனப்படம்போல ஓடிக்கொண்டிருந்தன. அம்மாவின் நினைவுகள் வந்தன. சிறுவயதில் அம்மாவுடனே எப்போதும் இருப்பேன். எனக்கு மூன்றரை வயது இருக்கும். ஈரம் பொதிந்த கடற்கரை நிலம், என் கால்கள் புதையப்புதைய அப்பாவின் கையைப்பிடித்து நடந்தவாறு இருந்தேன். சட்டென்று பெரிய அலை எழுந்து உடைந்து வழிந்து வந்த வேகத்தில் என்னைச் சாய்த்தது. அரைக்கணத்திற்கும் குறைவான பொழுது உப்புத் தண்ணீர் மூக்கில் நுழைய தத்தளித்தேன். அடுத்த அரைக்கணத்தில் அம்மாவின் இடுப்பில் இருந்தேன்.

நான் சோர்வுடன் வீட்டுக்குள் நுழைந்தபோது அப்பா அம்மாவுடன் வாய்த்தர்க்கத்தில் இருந்தார். என்ன பிரச்சினை என்று நான் புரிந்துகொள்ள முற்படவில்லை. ஏதாவது ஒரு நொண்டிக் காரணமாக இருக்கும். அம்மா மௌனமாகவே இருந்தார். எனக்கு அந்த மௌனம் ஒரு நடிப்புப்போலத் தோன்றியது. எங்கையோ சுரந்த இரக்கம் தடைபட்டு நின்றது. இருவரையும் அவர்களின் உலகத்திலே விட்டுவிட்டு விலகிச் செல்லவே விரும்பினேன். மாடிப்படியிலுள்ள எனது அறைக்குள் நுழைய முற்படும்போது கீழே பெரிய சத்தம் கேட்டது. அம்மாவின் அலறல். என்னை மீறிக் கீழே படிகளின் மீது தாவி ஓடிச்சென்றேன். அப்பா, அம்மாவை மூர்க்கமாக அடித்திருக்க வேண்டும். அம்மா தரையில் வீழ்ந்திருந்தார். அவர் கன்னங்கள் தடித்துச் சிவந்திருந்தன. முடிக்கற்றைகள் குழம்பிப்போய் ஒரு பக்கம் சாய்ந்திருந்தன. அப்பாவின் கண்களும் என் கண்களும் சந்தித்துப் பிணைந்து விலகிக்கொண்டன. அனிச்சையாக உடல் திரும்ப, வாசல் கதவைத் திறந்துகொண்டு திரும்பிப் பார்க்காமல் வீட்டை விட்டு வெளியேறினார். அம்மா அருகே சென்றபோது அதைக் கவனித்தேன். தரையில் இரத்தம். அவரது

முள்ளந்தண்டின் அடிப்பகுதியிலிருந்து வந்துகொண்டிருந்தது. அம்மாவின் தோள்மூட்டைப் பிடித்துத் தூக்கினேன். எனது தோளை அவரது கைகள் ஆதரவாகப் பற்றிக்கொண்டன. "ஐயோ அம்மா, என்ன ஆகிவிட்டது?"

"ஒன்றும் இல்லை, இதுதான் என் கடைசி மாதவிடாயாக இருக்க வேண்டும். அவ்வப்போது வந்து நீண்ட நாட்களாக வராமல் இருந்தது. இப்போது கடைசியாக . . . இனிமேல் ஒரு போதும் வராது. இதற்கான வயதை நான் கடந்துவிட்டேன்" என்று அம்மா மெலிதாக ஆங்கிலத்தில் சொன்னபோது அவர் என் கண்களைப் பார்த்தார். என் கண்கள் ஒரு கணத்தில் அஞ்சி விலகிக்கொண்டது. ஏன் இத்தனை வெளிப்படை, அதற்குத் தயார் இல்லாததால் அரண்டு சுருண்டுகொண்டேன்.

அம்மாவைக் குளியறையில் விட்டுவிட்டுத் தரையில் படர்ந்திருந்த இரத்தத்தைச் சுடுதண்ணீர் நிறைத்து, சுத்திகரிப்பான் கலந்து மொப்பரால் துடைத்துச் சுத்தம் செய்தேன். பளபளப்பாகிய ஈரத் தரையில் என் முகம் தெரிந்தது. அரைக்கணம் பார்த்துப் புன்னகைத்துக் கொண்டேன். மிகக் குரூரமான விடுதலையை அடைந்ததுபோலத் தோன்றியது; உடனே உடலில் அலையலையாகக் கசப்பு எழுந்து பற்றிக்கொண்டது.

○○○

யாவரும்.காம், **2020**